आदिवासींच्या तिळानाचा प्रजासत्ताक देश

दिलीपराज प्रकाशन प्रा.लि.
२५१ क, शनिवार पेठ, पुणे - ४११०३०.

दिलीपराज प्रकाशनाची सर्व पुस्तके आता आपण Online खरेदी करू शकता.
आमच्या Website ला कृपया एकदा अवश्य भेट द्या. अथवा Email करा.
Email - diliprajprakashan@yahoo.in I www.diliprajprakashan.in

आदिवासींच्या तिलकाचा प्रजासत्ताक देश

डॉ. संजय लोहकरे

दिलीपराज प्रकाशन प्रा. लि.™
२५१ क, शनिवार पेठ, पुणे - ४११ ०३०.

आदिवासींच्या लिलावाचा प्रजासत्ताक देश

(कवितासंग्रह)

AADIVASINCHYA LILAVACHA
PRAJASATTAK DESH
(KAVITASANGRAHA)

ISBN-
978-93-5117-107-2

प्रकाशक ।
राजीव दत्तात्रय बर्वे
मॅनेजिंग डायरेक्टर
दिलीपराज प्रकाशन प्रा. लि.
२५१ क, शनिवार पेठ, पुणे ४११०३०
दूरध्वनी:२४४८३९९५, २४४७१७२३
(सर्व फॅक्ससहित)

© संजय यशवंत लोहकरे

रा. केळी ओतूर ता.अकोले
जि. अहमदनगर-४२२६१०
E-mail - phadki@rediffmail.com
संपर्क-९६५७५४९०७६

प्रकाशन क्रमांक ।
२२५५

प्रकाशन दिनांक ।
१५ नोव्हेंबर २०१५

मुद्रक ।
Repro India Ltd, Mumbai.

टाईपसेटिंग ।
सौ. मधुमिता राजीव बर्वे
पितृछाया मुद्रणालय । ९०९, रविवार पेठ ।
पुणे ४११००२.

मुद्रितशोधन । सौ. यशोदिता सावकार

मुखपृष्ठ सजावट । सागर नेने

स्वातंत्र्याच्या पासष्ट वर्षानंतरही
स्वातंत्र्यदिनी नारायणगावच्या
स्टँडवर लिलावात विकल्या जाणाऱ्या,
आमच्याच लोकप्रतिनिधिंनी लाचार आणि
गुलाम बनविलेल्या माझ्या बांधवांना.....!

मनोगत

लिलावाच्या निमित्ताने

स्वातंत्र्याच्या पासष्ट-सहासष्ट वर्षानंतर इथला आदिवासी आफ्रिकेतील गुलामांसारखा विकला जातो. त्यांची समृध्द सस्कृती आणि नैसर्गिक कला ठेकेदारांच्या ताब्यात जाते. हे आमचं केवढं मोठं दुर्दैव! कवी भुजंग मेश्राम आपल्या कवितेत हे वास्तवाचं भान शब्दबाणाने व्यवस्थेच्या अंगावर फेकताना म्हणतात,

प्रजासत्ताक नि स्वातंत्र्य दिनाला आदिम कला राजधानीत नाचते,
त्या वेळी संस्कृती महालांमध्ये 'कॅब्रे' करते
तिची पालखी आणि आमची धिंड एकाच राजमार्गावरुन
मजा वाटते!
हे जंगलचे तुरुंग आता सर्वांनाच प्रिय
'खांडववन' करता येत नाही.

प्रजासत्ताक दिनाला जनतेची सत्ता या देशावर आली म्हणून ध्वज फडकतो आणि त्याच दिवशी शहराच्या चौका-चौकात, बस स्टँडवर, रस्त्यावर आदिवासी मजुरांचा जनावरांसारखा लिलाव होतो. कुठं आहे आदिवासींची सत्ता? किती मुर्दाड इथली व्यवस्था? आजूनही आदिवासींना माणसासारखं वागविलं जात नाही हे इथलं भयाणक वास्तव! म्हणून मी 'आदिवासींच्या लिलावाचा प्रजासत्ताक देश' म्हटलं आहे. एका बाजूला तुम्ही प्रजासत्ताक दिन साजरा करता आणि दुसऱ्या बाजूला माझ्या असंख्य बांधवांचा त्याच दिवशी मायबापाबरोबर दिडोंरी, नाशिक, सिन्नर, आळेफाटा, नारायणगाव, खेड, बारामतीच्या स्टँडवर चौकाचौकात लिलाव होतानाचा अनुभव, या देशाच्या लोकशाहीला लाथाडताना मी मांडला आहे. या देशात प्रजासत्ताक दिनाला होणारा आमचा लिलाव; आमच्या दारिद्र्याचं, गरीबीचं प्रतीक म्हणून वाट्याला आल्याने आणि आमच्या मुर्दाड लोकप्रतिनिधींनी आमच्याच टाळूवरचं लोणी खाल्याने आम्हाला लिलावात विकलं जातं. हा अनुभव आमच्या गरीबीचं आणि लाचारीचं प्रतीक बनला असला तरी तो एका बाजूला काळीज कुरतडणारा, तर दुसऱ्या बाजूला आमच्या आयुष्याची धूळधाण करणाऱ्या लोकप्रतिनिधींच्या विरुध्द बंड करणारा

आहे. वाचणाऱ्यानं आमच्या हातबलतेवर हासावं की आमच्या विद्रोहाला बळ द्यावं हे त्याचं त्यानं ठरवावं. पण मी त्या टायटल कवितेत अनुभव व्यक्त करताना आयुष्याच्या गाभाऱ्यात साठवून ठेवलेला उद्रेक आणि चीड व्यक्त केली आहे. व्यवस्थेच्या विरुध्द लढण्यासाठी शब्दांचं स्वाभिमानी अण्वस्त्र घेऊन उभा आहे. ते अण्वस्त्र आमच्या लोकप्रतिनिधींच्या मुर्दाडपणावर आणि हुकूमशाहीवर फेकण्यासाठी मला कुणाचीही मंजुरी घ्यावी लागणार नाही, या बेतानं मी युध्दनीती आखली आहे. आमचा लिलाव म्हणजे या देशाला लोकशाही देश म्हणवून घेताना शरम वाटावी असा आहे.

प्रजासत्ताक दिनालाच बा नं
मायलान मला देसात नेला
मी आसन पंधरा सोळा वर्षांचा
मायचं प्वाट खपाटीला
आन् बा झिंगून झिंगून खंगलेला
मी म्हणलं आरे बा, आज तं प्रजासत्ताक दिन
बेल्ह्याचा बाजार सुदीक बंद आसन
तव्हा बा नं गावदेवाला हात जोडलं
आन् तोंडातल्या तोंडात पुटपुटला
बेल्ह्याचा बाजार बंद आसलातं आसुंदे
पण नारायणगावचा माणसांचा बाजार मातर
तेजीत चालुंदे

पोटासाठी लिलावातही विकले जाण्याची वेळ स्वातंत्र्याच्या पासष्ट–सहासष्ट वर्षानंतर आमच्यावर आणणारे आमचे मुर्दाड लोकप्रतिनिधी या व्यवस्थेला जबाबदार आहेत. त्यांचा येथे जाहीर धिक्कार करतो. देशाला स्वातंत्र्य मिळालं. आदिवासी या देशाचे मूळ मालक असताना त्यांच्या विकासाचे आराखडे आखले गेले. त्यांच्या सर्वांगिण विकासासाठी त्यांच्या नैसर्गिक क्षमतांचा विकास करण्या ऐवजी, त्यांना दर्जेदार शिक्षण देण्याऐवजी, त्यांनी हजारो वर्षापासून सांभाळलेल्या नैसर्गिक साधन संपत्तीचा त्यांच्या सर्वांगिन विकासासाठी

उपयोग करण्याऐवजी; त्यांना विविध सवलतींचे, योजनांचे गाजर दाखवून प्रथम त्यांच्या जल, जंगल, जमिनीवरील अधिकार काढून घेतला. नंतर त्यांना विस्थापित करुन त्यांच्याच जमिनीवर धरणे बांधली, मोठमोठे प्रकल्प उभे केले. त्यांच्यासाठी किंवा त्यांच्या विकासासाठीच्या विविध योजना सोईस्करपणे लुटता येतील अशी प्रशासकीय व्यवस्था केली आणि आजही आदिवासींच्या विकासासाठी असलेल्या कोट्यवधी रुपये लुटले जाऊ लागले. या सर्वांविरुध्द चीड व्यक्त करणाऱ्या बुध्दीजीवी कार्यकर्त्यांच्या समाज जागृतीच्या चळवळी आमच्याच लोकप्रतिनिधींनी नेस्तनाबूत केल्या आणि तरीही आदिवासी माणसं पेटत का नाहीत? हा सवाल त्यांना विचारावा लागला. म्हणून मी आवाहन केलं,

मजूर म्हणून विकला जाता
शहराशहरांच्या चौकात
आणि प्रतिष्ठीतांच्या हरामखोर डोळ्यांची
करमणूक करता भर रस्त्यात
नृत्य आणि संगीताच्या तालावार
विसरता स्वत:ला
वंदन करुन धरतुरीला
करता थयथयाट तिच्या मस्तकावर
गुलाम झालात घटनेचे
आणि प्रतिनिधींच्या गुलामगिरीचे
अस्मिता हरविताना अस्तित्त्वच
हरवून बसलात
आणि सवलतींच्या बेचकीत
पाचर बनून आडकलात
आरे, हे सगळं जगताना
माणसं पेटत का नाहीत?
जल, जंगल, जमीन गमावतात

पाणी गवशीत कड्या कपारीत डोकावतात
आठवडी बाजारी लुटली जातात
फुटतात तुटतात पुन्हा उभी ऱ्हातात
पण, माणसं पेटत का नाहीत ?
पेटण्यासाठी आतूनच असावी लागते
नैसर्गिक ऊर्जा
स्वाभिमान, अस्मिता आणि नैसर्गिक स्वातंत्र्य
रुतून बसावं लागतं कवटीत
कष्टावरची निष्ठा आणि सांस्कृतिक अनुवंश
खेळवावा लागतो धमण्यांतून
म्हणजे लाचारी आणि गुलामगिरीची
ओळख होत नाही मेंदूला

स्वातंत्र्यात आमच्या लोकप्रतिनिधींनी आमच्या शैक्षणिक उत्थानाला कधीच प्राधान्य दिले नाही. कारण आदिवासी समाज जितके जास्त दिवस अज्ञानात, अंधारात राहील तितका जास्त काळ आम्हाला त्यांच्यावर निर्विवाद राज्य करता येईल. ही इंग्रजांची नीती त्यांनीही स्वीकारली. काही जाणकारांनी समाजात अस्मितेची, स्वाभिमानाची चळवळ उभी केली त्यांनाही सवलतींचं, लाचारीचं गाजर दाखवून त्यांचा स्वाभिमान कायमचा गाडला गेला. अशा वेळी आमची निरक्षर माणसं गुलामीत जगत असली तरी साक्षरांनी उठाव करावा, स्वाभिमान जिवंत ठेवावा म्हणून फडकी मासिकाने व्याख्यानमाला, चर्चासत्रे, साहित्यसंमेलनातून या व्यवस्थेवर जोरदार हल्ला केला. या कामी स्वाभिमानी कार्यकर्तेउभे राहीले. त्यांचा स्वाभिमान मोठ्या धाडसाने साथ देतो आहे. त्यांच्या कार्याचाही येथे गौरव करायला हवा.

आदिवासी क्रांतिकारकांचा इतिहास हा राष्ट्रभक्तीने, देशभक्तीने भारलेला आहे. हजारो आदिवासींच्या बलिदानाने हिंदवी स्वराज्य स्थापन करणाऱ्या छत्रपती शिवरायांनी १६४६ ला रायरेश्वराच्या मंदिरात पंधरा-सोळा मावळ्यांसह हिंदवी स्वराज्य स्थापन

करण्याची प्रतिज्ञा घेतली. ही घटना अभूतपूर्व आहे. मावळे काळेकुळकुळीत होते, निरक्षर होते पण शिवरायांवर त्यांची नितांत निष्ठा होती आणि शिवरायांचा त्यांच्यावर विश्वास होता. ही माणसं जेवढी धाडसी आहेत; तेवढीच निष्ठावंत आहेत आणि स्वराज्याच्या कामी येताना ही माणसं आर्धी कापली तरी शत्रूच्या बाजूने जाणार नाहीत हा विश्वास शिवरायांना होता. म्हणूनच मोठ्या धाडसाने आणि विश्वासाने शिवाजी महाराजांनी पंधरा-सोळा मावळ्यांच्या साक्षीने आणि त्यांच्यावरील विश्वासाने हिंदवी स्वराज्य स्थापण्याची प्रतिज्ञा घेतील आणि पुढे रयतेचा राजा झाले. ही आदिवासींची भक्ती इतिहासाच्या पानावर, पानावरुन मनावर, मनावरुन मेंदूवर आणि मेंदूवरुन रक्तात येण्यासाठी पहिल्यांदा ती शालेय अभ्यासक्रमात यायला हवी. आदिवासी मावळ्यांची शिवरायांवरील नितांत भक्ती १६५७ ला पाहायला मिळाली. शिवनेरी किल्ल्याचा किल्लेदार मुघल बादशहा रणदुल्लाखानने चारशे मावळ्यांना पकडल्यानंतर त्यांना आवाहन केलं, 'शिवरायांच्या स्वराज्यासाठी लढणाऱ्या लढवय्या मावळ्यांनो, आता तुम्ही माझे कैदी आहात. माझ्या बाजूने लढाल तर तुमच्या आयुष्याचं सोनं होईल आणि नाही लढलात तर शत्रूसैन्याला ज्या शिक्षा दिल्या जातात त्या सर्व शिक्षा भोगत आयुष्य संपवावे लागेल'. आपणा सर्वांचा कडेलोट होईल, काहींचे हातपाय तोडले जातील, काहींना आयुष्यभर बंदीवान म्हणून राहावं लागेल हे माहित असूनही, चारशे मावळे एकदिलाने म्हणाले, "महाराज, आम्ही मावळे जगतो फक्त शिवरायांसाठी आणि मरतो फक्त शिवरायांसाठी. आम्ही हिंदवी स्वराज्य स्थापण्याची आणि त्यासाठी प्राणाची आहुती देण्यासाठी शपथ घेतली आहे." हे मावळ्यांचे स्वाभिमानी शब्द आणि शिवनिष्ठा ऐकूण रणदुल्लाखानचे पित्त खवळले. त्यानं थोडा विचार केला. शत्रूसैन्यासाठीच्या शिक्षा यांना केल्या तरी हे कडेलोटातून जगले, वाचलेले, हातपाय मोडलेले शिवनिष्ठ मावळे पुन्हा एकदा शिवरायांना जाऊन मिळतील आणि मुघल सत्तेवर जोरदार आक्रमण करतील. तेव्हा त्या निर्घूण रणदुल्लाखानने त्याच्या तळपत्या तलवारीने आणि मनातल्या धगधगत्या त्वेषाने चारशे मावळ्यांची मुंडकी धडावेगळी करुन त्यांचा खचाखच ढिग रचला. या निष्ठावान मावळ्यांनी हासत हासत शिवरायांच्या हिंदवी स्वराज्यासाठी बलिदान दिले. केवढी ही निष्ठा? केवढा हा त्याग? राष्ट्रभक्ती, स्वामिनिष्ठा यापेक्षा मोठी असू शकते का? कोणत्या देशाच्या इतिहासात ह्या

स्वामिनिष्ठेचे उदाहरण आहे? पण इथल्या इतिहासकारांनी, लबाड प्रस्थापितांनी आदिवासींचा इतिहास, त्यांची निष्ठा आणि भक्ती इतिहासाच्या पानावर घेतली नाही. पण म्हणून इथली माती ते बुजवणार आहे का? मातीने ही निष्ठा पोटात साठवून ठेवली आहे. माती कधीच खोटं बोलत नाही. मुळात तिला खोटं बोलता येत नाही आणि चांगलं वाईटाचा भेदभावही करता येत नाही. आंब्याच्या झाडाला आणि विषवृक्ष कन्हेरीला ती एकसारखेच वाढविते. तुम्ही लबाड प्रस्थापितांनी तुमचा इतिहास अक्षरांत घेतला पण मातीने शेकडो वर्षांपासून आमचा इतिहास तिच्या पोटात दडवून ठेवला आहे. तो इतिहास आता अक्षर होत आहे. इथल्या लबाड आणि प्रस्थापित व्यवस्थेला आग लावून पुढे येत आहे. माणसं पेटवित आहे. शिवरायांच्या स्वराज्यासाठी प्राणाची आहुती देणाऱ्यांच्या एकेका निष्ठेने इतिहास अधिक परिपूर्ण होत आहे. या स्वराज्यासाठी आहुती देणाऱ्या माणसांच्या जाज्वल इतिहासाशिवाय शिवरायांचा खरा इतिहास जगाला कळणार नाही याची जाणीव आता इतिहासकारांना होऊ लागली आहे. पण याची जाणीव आदिवासी समाजाला होईल का? आदिवासींच्या निष्ठा, संस्कृती, भाषा, जल, जंगल, जमीन टिकविण्यासाठी मुघलांविरुध्द, इंग्रजांविरुध्द लढताना हासत हासत प्रणाचं बलिदान देणारे राघोजी भांगरे, राणी दुर्गावती, राजा बल्लारशहा, राणी डायगेनलू, तंट्या भिल, भागोजी नाईक, खाज्या नाईक, बिरसा मुंडा, राजा शंकरशहा, सदो कान्हो या सारख्या असंख्य क्रांतिकारकांची आठवण आदिवासी समाजाला आहे का? आपलं अस्तित्व टिकविण्यासाठी, आपली भाषा आणि संस्कृती टिकविण्यासाठी या देशभक्तांनी आपले प्राण ओवाळून टाकले; म्हणून आज आम्ही आदिवासी आहोत; या भूमीचे मूळ मालक आहोत; आमचं स्वतंत्र अस्तित्व आहे, संस्कृती आहे, भाषा आहे आणि हजारो वर्षांपासून या निसर्गाचे रक्षक आहोत हे जगाला मान्य करावे लागले. आणि म्हणून या देशाला स्वातंत्र्य मिळाल्यानंतर आदिवासींच्या स्वातंत्र्यासाठी, विकासासाठी भारतीय राज्यघटनेत काही कायदे करावे लागले (पाचवी व सहावी सुची). त्यामुळेच आपले स्वातंत्र्य, अस्तित्व, हक्क आणि अधिकार अबाधित राहिले. त्यातूनच आजचा समाज नोकरी, व्यवसाय, उद्योगधंद्यात सवलती घेऊ लागला. आदिवासींचा थोडाफार आर्थिक, शैक्षणिक विकास होऊ लागला. परंतु या समाजाला स्वातंत्र्यानंतर आमच्या लोकप्रतिनिधींनी लाचार आणि गुलाम

बनविले. त्यांच्यावर सतत सवलतींचे गाजर दाखवून त्यांचा स्वाभिमान आणि नैसर्गिक कार्यक्षमता नष्ट केली. त्यांच्यावर गुलामीचे राज्य सुरु केले. अज्ञानाच्या आंधारात जास्तीत जास्त काळ ठेवले. कारण अज्ञानी लोकांवर जास्त काळ राज्य करता येते. त्यांना स्वायत्त आणि स्वाभिमानी होऊ दिले नाही. त्यांच्यातून विद्रोहाच्या चिळकांड्या बाहेर पडू नयेत म्हणून विद्रोह करणाऱ्याच्या तोंडावर योजनांची गाजरं फेकून त्यांच्या विद्रोहाची स्वाभिमानी केंद्रे कायमची ठासून टाकली. थोड्याफार शिकलेल्या नोकरदारांवर अस्थिरतेची टांगती तलवार धरुन त्यांची शक्ती लाचार बनविली. कधी बदलीचा धाक तर कधी एखादे कुभांड रचून त्यांच्यातील स्वाभिमानाला मूठमाती दिली. आणि म्हणूनच शिकलेल्या लोकांनी आदिवासी क्रांतिकारकांशी गद्दारी केली. हे समाजद्रोही आहेत. कारण क्रांतिकारकांच्या जयंत्या, पुण्यतिथ्यांना ही माणसं येत नाहीत. त्यांच्यात श्रध्दा नाही, निष्ठा नाही, घेणं देणं नाही. मी काही शिकलेल्या लोकांचा स्वाभिमान पेटविण्याचा प्रयत्न केला तर ते किती साळसूदपणे म्हणाले, ‘‘काय राव, आम्हाली याचा व्हता कार्यक्रमाला पण उगाच आमची बदली करतील म्हणून नाही आलो.’’ आरे मुर्दाडांनो, तुमच्या अस्तित्वासाठी हजारो आदिवासी क्रांतिकारकांनी प्राणाची आहुती दिली म्हणून तुम्ही आज आदिवासी म्हणून सवलती घेता. ते प्राण देण्यासाठी घाबरले नाहीत आणि तुम्ही फक्त बदलीला घाबरता? थू तुमच्या स्वाभिमानावर (आणि मुर्दाडपणावर). कोणत्या निष्ठा जपता तुम्ही? इंग्रजांच्या विरुध्द अखंड स्वातंत्र्याचा लढा उभा करणाऱ्या क्रांतिकारकांच्या, की तुमच्यावर गुलामीचे राज्य करणाऱ्या मुर्दाड लोकप्रतिनिधींच्या? आरे, आज जर राघोजी भांगरा, खाज्या नाईक जन्माला आला, तर तुमच्या या मुर्दाड निष्ठा पाहून तुमचे नाक-कान कापून मुडा बनविला असता आणि शहरातून, गाढवावर बसवून धिंड काढली असती. तुम्हाला जाब विचारला असता, शिवनेरी किल्ल्यावरील चारशे आदिवासी मावळ्यांच्या बलिदानाचा. ‘मी शूर सेनापती आहे, मला अशी दोरखंडाने मुर्दाड फाशी काय देता? माझे तलवारीने मुंडके उडवा’ म्हणणाऱ्या राघोजी भांगऱ्याच्या स्वाभिमानाचा. पण गेली चार पाच दशके तुमच्या मेंदूवर व्यवस्थीतपणे राज्य केले लोकप्रतिनिधींनी. म्हणून मी विचारतो, तुमचा मेंदू तुमच्या डोक्याच्या कवटीत आहे का? का गुडघ्यात आहे ते एकदा तपासून पहा. अजूनही स्वतःच्या डोक्याच्या कवटीत मेंदू असेल तर

केवळ बदलीला घाबरुन क्रांतिकारकांच्या बलिदानाशी, त्यागाशी गद्दार वागू नका आणि गुडघ्यात असेल तर आदिवासी क्रांतिकारकांच्या वंशाचे आहोत म्हणून सांगू नका. तो त्यांच्या राष्ट्रभक्तीचा, निष्ठेचा, शौर्याचा, त्यागाचा आणि आदिम समृध्द संस्कृतीचा अपमान आहे. या जाणिवा विसरलात तर तुमचं सारं आयुष्य गुलामीत जगलात, ओझ्याच्या गाढवासारखं जगलात म्हणून समजा आणि तुमच्या रक्तामासाचे गोळेही असे लाचारीत आणि गुलामीतच जगतील. पुढच्या अनेक पिढ्या अशा गुलाम आणि लाचारीचं आयुष्य जन्माला घालणारे म्हणून तुमची इतिहासात नोंद होईल. आणि म्हणून मी त्यांचे रक्त पुन्हा स्वाभिमानाने पेटविण्यासाठी 'वळवळ मळमळ फळफळ आणि पोटभरु चळवळ' या कवितेत म्हणालो आहे,

संघटना, संस्था, लाचार पुढारी, गुलाम पदाधिकारी
स्वाभिमान विकणारे पारतंत्री शिक्षक अधिकारी
या साऱ्यांची भेसळ याकदा
सिमेंट दळायच्या जात्यात दळा
सत्त्व उरल, फोलपाट उडल
नाही तर पाठवा काळ्या पाण्यावर
डोंगरदऱ्यातल्या मायमावली बसतात टिपवणीला
त्यांचा हांडा द्या यांच्या डोक्यावर
आणू द्या कपारीतून मातीच्या निष्ठेनं
पाझरुन आलेलं गोडं पाणी
म्हंजे वळक व्हईल पाणी गवसीत फिरणाऱ्या माणसांची
अन् जगतील माणूस व्हवून
आतलं आदिम रगात वळक देईल
स्वाभिमानाची अस्मितेची स्वातंत्र्याची
अभिव्यक्तीची अन् संस्कृतीची
मोठं होणं अन् मोठं करणं
यातला नेमका फरक कळेल त्यांना

या देशाच्या स्वातंत्र्य लढ्यातील आद्य क्रांतिवीर राघोजी भांगरा यांना २ मे १८४८ ला ठाण्याच्या सेंट्रल जेलमध्ये फाशी देण्यात आले. त्यांची पुण्यतिथी दरवर्षी ठाणा सेंटल जेलमध्ये आणि महाराष्ट्रभर साजरी केली जाते. आदिवासींच्या जल, जंगल, जमीन, संस्कृती, भाषा आणि समाजाच्या अस्तित्वासाठी १९३५ ते १८४८ या तेरा वर्षांत राघोजीने इंग्रजांना सळो की पळो करुन सोडले. इंग्रजांच्या ताब्यातून म्हणजेच सावकारशाहीच्या ताब्यातून सबंध सह्याद्रीतील आदिवासींची जल, जंगल, जमीन वाचविली. त्यासाठी असंख्य क्रातिवीरांनी प्राणाची आहुती दिली. स्वत:चा मुलगा, सून या क्रांतीलढ्यात मारले गेले. त्यांच्या त्या स्मृती जाग्या राहाव्यात म्हणून राघोजीच्या गावी म्हणजे देवगाव ता. अकोले, जि. अहमदनगर (महाराष्ट्र) येथे दरवर्षी यशवंतराव भांगरे फाऊंडेशनच्या वतीने पुण्यतिथीचा कार्यक्रम घेतला जातो. राघोजीच्या क्रांतीस्मृती जाग्या केल्या जातात. त्याच्या कार्याचा गौरव देशभर दुमदुमला, पण ज्या समाजासाठी राघोजीने इंग्रजांविरुध्द लढा उभा केला होता तो आदिवासी समाज अजूनही त्याच्या त्या लढ्याशी कृतघ्न असलेला दिसतो. शिवाय राघोजी तेरा वर्ष इंग्रजांशी लढला पण इंग्रजांना शरण गेला नाही. जर तो शरण गेला असता तर मुंबई प्रांताचा कॅप्टन झाला असता आणि कोट्यवधी संपत्ती उभी केली असती. देशाच्या स्वातंत्र्यानंतर अकोळनेरावर अखंड भांगरे घराण्याची सत्ता असती. परंतु ही स्वाभिमानी, निस्वार्थ आणि राष्ट्रभक्तीने भारावलेली माणसं सत्ता, संपत्तीसाठी जगत नाहीत. त्यांना सामान्य लोकांच्या मुंड्या मुरगळून संपत्ती उभी करायची लालसा नसते. आणि संपत्ती उभी करुन देशाची तिजोरी लुटण्यासाठी सत्ता भोगण्याची महत्त्वाकांक्षाही नसते. आणि म्हणूनच त्यांची स्मारके उभी राहतात. त्याला असंख्य माणसे नमन करतात. त्यांच्या जयंत्या आणि पुण्यतिथ्या साजऱ्या होतात. २ मे २०१३ च्या राघोजी भांगरा पुण्यतिथीच्या कार्यक्रमात, देवगाव येथे एका सत्तापिपासू, गुडघ्यात भेजा असलेल्या लबाड कोल्ह्याने कमरेची सोडून गुडघ्याला गुंडाळली. रांघोजी भांगरा हा जल, जंगल, जमीन, संस्कृती, भाषा वाचविण्यासाठी लढलाच नाही असे उद्‌गार काढून राघोजीच्या क्रांतीशी, देशभक्तीशी गद्दार झाला. आज राघोजी भांगरा असता, तर याचे नाक, कान कापून, मुंड्या गाढवावर बसवून, देवगावातून आणि राजुरातून धिंड काढली असती. अशी सत्तालालसेने पिसाटलेली माणसे आमच्या क्रांतिकारकांच्या कार्याचा

गौरव करण्याऐवजी, स्वत:च्या स्वार्थासाठी समाजात स्वत:च्या गुडघ्यातील भेजाची लक्तरे पसरवितात. अशा निर्बुध्द कोल्ह्यांच्या कोल्हेकुहीचा येथे जाहीर धिक्कार केला आहे. 'कोल्हा आणि उंट' गोष्टीत जसा उंट कोल्ह्याला नदीच्या मध्यभागी गेल्यावर पाण्यात बुडवतो आणि कोल्हा गटांगळ्या खात जीव सोडतो. तशी या लबाड कोल्ह्याची अवस्था समाज करील यावर माझा विश्वास आहे. म्हणजे परत असे लबाड कोल्हे, कोल्हेकुही करुन आमच्या क्रांतिविरांच्या शौर्याचा अपमान करणार नाहीत.

आमच्या साहित्यिक चळवळी म्हणजे नुसत्या पद, प्रतिष्ठा, पैसा आणि प्रसिध्दीच्या वळवळी आहेत. प्रस्थापितांच्या रखेल समीक्षकांनी आणि साहित्यिकांनी आपल्या साहित्यातून केवळ प्रस्थापितांच्या साहित्याची कॉपी केली आहे आणि समीक्षकांनी भविष्यातील अभ्यासकांची दिशाभूल करुन स्वत:चा स्वार्थ साधला आहे. मी माझ्या'समीक्षा' कवितेत समीक्षेची समीक्षा करताना म्हटले आहे,

झाडाखाली असून मस्त समीक्षा करता येते
झाडावानी निर्हेतूक
आणि प्रत्येक अंग
उपयोगात आणता येतं सजीवांच्या
समीक्षा नुसती माणसापुरती नको
किंवा पुस्तकांपुरती
मानवजात एक व्हावी म्हणून
प्रार्थना हवी समीक्षेत
आणि भेदभाव करणाऱ्यांना
पार उध्वस्त करुन टाकावं माणसातून

किंवा पुढे मी असं म्हटलं आहे.

माणसानं माणसावर केलेली समीक्षा
पुरस्काराशिवाय आणि लाचारी शिवाय

हाती यावी माणसाच्या
म्हणजे कोणी म्हणणार नाही
स्वत:ला समीक्षक आणि
समीक्षा होणार नाही त्याची प्रेयसी
जी त्याला कधीही
ठरविता येणार नाही धोकेबाज
किंवा माणसंच घेणार नाहीत
दोघांवर संशय
पुरस्काराच्या लंपटपणाचा किंवा
पुरस्कारासाठी देहविक्रय करुन
लाचार समीक्षेचा

आमच्या साहित्याची समीक्षा ही अशी होऊ लागली. साहित्यातील आशय, अनुभूती, अभिव्यक्ती, पात्र, काळ, घटनांच्यापेक्षा ज्याची साहित्यकृती आहे त्याच्यावर स्तुतीसुमने उधळली. ती साहित्याची समीक्षा न होता साहित्यिकाची लाचारीच आधिक होऊ लागली. अशी आदिवासी साहित्याची समीक्षा काही रखेल समीक्षकांनी करुन आदिवासी अभ्यासकांपुढे लाचारीचा आणि रखेल समीक्षेचा पायंडा निर्माण केला. अशांचाही धिक्कार करणे महत्त्वाचे आहे.

आमच्या चळवळी या स्वार्थी केंद्रबिंदूला चिकटलेल्या आहेत. आमच्यातीलच काही लबाड प्रस्थापितांनी आपल्या लेखणीतून मुर्दाड, लाचार, स्वार्थी चळवळींना जन्म दिला. माझ्या 'चळवळ' या कवितेत त्यांचा समाचार घेतला आहे.

ज्याच्या हाती लेखणी
त्याने खोटा इतिहास लिहून
देऊ नये मुर्दाड वांझोट्या चळवळींना जन्म
नष्ट करु नये शिकणाऱ्यांच्या प्रेरणा
कारण चळवळ म्हणजे

आयुष्याबरोबर तोंडी लावण्याची गोष्ट नव्हे
किंवा नोकरीबरोबर
पार्टटाईम करण्याचा धंदाही नव्हे

अशा असंख्य विद्रोही भावना, स्वातंत्र्यांचा, स्वाभिमानाचा, समतेचा विचार 'आदिवासींच्या लिलावाचा प्रजासत्ताक देश' या संग्रहात आला आहे. माझ्याच 'किचडवध' नाटकातील झांबाड्या आणि धोंगड्या या दोन नारदी पात्रांचाही येथे सपाटून समाचार घेतला आहे. मुळात नारदाचं काम म्हणजे राजाचे कान फुंकने. हे फुंकताना आमच्या अस्मितेच्या चळवळी मागे खेचण्याचे काम या दोन नारदांनी त्या नाटकात केले आहे. असे असंख्य नारद आहेत. त्यांच्यातल्या नारदी काव्याला आळा बसावा हीच अपेक्षा. त्यांच्यातील समजद्रोही रक्त शुध्द व्हावे ही प्रार्थना!

खूप साऱ्या अनुभवांची मांडणी या कवितासंग्रहात केली आहे. मुळात इथल्या प्रस्थापित राज्यकर्त्यांच्या मुर्दाडपणावर कडाडून टिका करावी आणि पुन्हा एकदा आदिवासी स्वातंत्र्याचे रणशिंग फुंकावे या तयारीत माझी व्युहरचना आहे. मला महाराष्ट्रातील अनेक कार्यकर्तेसाथ देतील आणि या मुर्दाडांच्या लढाईत विजय मिळवतील अशी प्रार्थना करुन मी थांबतो. अर्थातच वाचकांकडून या कवितासंग्रहाचे स्वागत कसे होईल याची चांगली जाणीव मला असल्याने मी स्वागताचे वर्षाव झेलण्यास माझे चिलखत घालून उभा आहे. आपल्या प्रतिक्रीयांची अपेक्षा!

डॉ. संजय य. लोहकरे
आदिवासी मावळ्यांचा गौरव दिन
अर्थात शिवजयंती - २०१४

प्रस्तावना

डॉ. संजय लोहकरे अहमदनगर जिल्ह्यातील अकोले तालुक्यात असलेल्या केळी ओतूर या आदिवासी खेड्यात जन्माला आले. घाम गाळून प्रामाणिकतेचं जीवन जगणारे वडील यशवंत व आई सौ. लक्ष्मीबाई यांच्या कष्टमय छायाछत्राखाली झोपडीतून शिक्षण घेत लोहकरे नावाचा सूर्य उगवला, शिक्षणाने आदिवासींची झोपडी उजळून निघाली. आजूबाजूची परिस्थितीही दारिद्र्याने माखून गेलेली. निसर्गाच्या सान्निध्यात वावरणारी ही माणसं लोहकरेंच्या ह्रदयात रुतून बसली. त्यांच्या जगण्यातला आदर्श ह्रदयात साठवला. निसर्गातलं सत्य घेवून सत्वाची जिंदगी ओढणारी माणसंच त्यांच्यासाठी तत्त्वज्ञान झालीत. या उघड्या नागड्या माणसांचा मेळ निसर्गाशी एकरुप झालेला आदिवासींच्या जण्याचे संदर्भ लोहकरेंनी त्यांच्या 'पानझडी' या काव्यसंग्रहात मांडले. निसर्गाला जोपासणारी आदिवासी माणसं मानवी तत्त्वज्ञानानं कशी ओथंबलेली आहेत हे पानझडी काव्यसंग्रहातील कवितेच्या ओळीतून भाव उमटले.

खुरप्याची पाती
तणा ऐवजी रोपाला लागायची
अन् बाळाला लागल्याचं दुःख
ती रोपाजवळ हळहळायची

स्वतःच्या मुलाप्रमाणे रोपाला जोपासणारी आदिवासी माणसं किती उच्चकोटीची आहेत. रोपाला म्हणजे बाळसं धरलेल्या पिकाला तण काढताना थोडासा धक्का जरी लागला तरी किती हळहळतात. अशा सारख्या मानवी संदेश, संवेदना पेरणाऱ्या कवितेच्या ओळी 'पानझडी' काव्यसंग्रहातून उमटल्या. त्यांचा 'पानझडी' काव्यसंग्रह वाचकांच्या पसंतीस उतरला. या काव्यसंग्रहाची समीक्षा माझ्या "आदिवासी साहित्य शोध आणि समीक्षा" या ग्रंथात लिहिलेली आहे. संजय लोहकरे हे केवळ साहित्यिक नसून एक हाडामासाचे कार्यकर्तेआहेत. त्यांच्यातला कार्यकर्ता बुलंद आहे. आदिवासी मेळावे, चर्चासत्रांचे आयोजन करण्यात त्यांचा प्रामुख्याने सहभाग. आदिवासींतील प्रख्यात साहित्यिक डॉ. गोविंद गारे यांचे स्मृति प्रित्यर्थ दरवर्षी उत्कृष्ट वाङ्मय पुरस्कार देवून सन्मान करणे, परिसंवाद ठेवून

आदिवासींना प्रबोधन करण्याचे कार्यक्रम ते राबवित आहेत. आदिवासी चळवळीत त्यांचा वाटा आहे. 'फडकी' नावाचे मासिक त्यांनी सातत्याने चालविलेले असून अनेक अभ्यासक, विचारवंत, कार्यकर्तेया मासिकाच्या माध्यमातून जुळलेले आहेत. लोहकरे सुरवातीला जिल्हा परिषदेत शिक्षक पदावर होते. परंतु त्यांनी आपल्या उच्च शिक्षणाच्या बळावर पीएच.डी. प्राप्त करून, एम.पी.एस.सी परीक्षा उत्तीर्ण होवून ते अमरावती येथील शासकीय महाविद्यालयात प्राध्यापक पदावर नियुक्त झालेत. शासकीय सेवेत असूनही आदिवासी चळवळीत ते सक्रीय आहेत. सामाजिक जाणिवेतून त्यांचे कार्य पहावयास मिळते. कवी, विचारवंत आणि वक्ता म्हणून त्यांची ओळख आहे.

आदिवासींचा धर्म असावा ही संकल्पना नव्याने पुढे येत आहे. आदिवासी एकसंघ रहावा, वेगवेगळ्या धर्मात त्यांची ओढाताण होवू नये व आदिवासींच्या संस्कृतीला धोका पोहचू नये या उद्देशपूर्तीसाठी आदिवासी साहित्यिक विचारमंथन करीत आहेत. डॉ.विनायक तुमराम यांनी पुढाकार घेवून गडचिरोली येथे आदिवासी धर्म चिंतन करण्याची बैठक बोलावली. या पूर्वी देखील गुल्या महाराज यांनी भिल्ल आदिवासींना घेवून आदिवासी धर्म संज्ञा देण्याचा प्रयत्न केला होता. विदर्भ, मध्यप्रदेशातील गोंडी संस्कृतीचे लोक कोयाधर्म, गोंडीधर्म असल्याचे मानतात. आदिवासी संशोधक व्यंकटेश आत्राम यांनी 'गोंडी संस्कृतीचे संदर्भ' हा संशोधकीय ग्रंथ लिहून तत्त्वज्ञानाची मांडणी केली आहे. डॉ. मोतीरावण कंगाली यांचा गोंडीसंस्कृतीचा निसर्ग विषयक अभ्यास आहे. नागपूर येथे संपन्न झालेल्या आदिवासी साहित्य संम्मेलनात आदिवासी धर्मावर परिसंवाद झाला. देशातील संपूर्ण आदिवासींना त्यांच्या संस्कृतीतील आदर्श कायम ठेवून एका धर्माच्या झेंड्याखाली आणण्याचा हा प्रयत्न अत्यंत महत्त्वपूर्ण असा आहे. ह्यावर आदिवासी साहित्यिकांत विचारमंथन सुरु झाले. डॉ. संजय लोहकरे यांनी आदिवासी धर्म स्थापनेचे महत्त्व जाणून आदिवासी विचारवंतांचे धर्मविषयक चिंतनाचे पुस्तक 'आदिवासींच्या धार्मिक अस्मितेचा उदय' संपादित केले. हे पुस्तक धर्मविषयक विचारधारा मांडत असल्यामुळे अतिशय महत्त्वाचे आहे. या ग्रंथात मोतीरावण कंगाली, बाबाराव मडावी, तुकाराम धांडे, रा.चि. जंगले, डॉ. तुकाराम रोंगटे, वाहरु सोनवणे, प्रा. राजेश धनजकर, विनायक तुमराम, पांडुरंग पारधी, शंकर बळी, सुन्हेर सिंह ताराम, डॉ.

लोहकरे, कृष्णकांत भोजने, जितेंद्र वसावा यांचे धर्मविषयक वैचारिक लेख, मते संपादित करण्यात आलेली आहेत.

डॉ. लोहकरे हे एक समीक्षक देखील आहेत. त्यांचे कवी तुकाराम धांडे यांचे वळीव कविता संग्रहाची समीक्षा करणारे पुस्तक 'वळीव एक आकलन' प्रकाशित झाले आहे. आदिवासींच्या विविध विषयांवर त्यांचे वैचारिक लेखन आहे. जागतिक आदिवासी दिनाची पार्श्वभूमी वृत्तपत्र व फडकी मासिकातून प्रसिध्द झालेली आहे. आदिवासी संस्कृती विशद करण्यासाठी लोहकरे यांनी साहित्यिक वाहरु सोनवणे यांचे सोबत सह्याद्री दूरदर्शन वाहिनीवर मुलाखत दिलेली आहे.

आदिवासी कवितेचा प्रांत हा काही आजकालचा नसून पूर्वापार चालत आलेल्या त्यांच्या निर्मिती पासूनचा आहे. आदिवासी माणसाचे जगणेच सूर-तालाने भरलेले असल्यामुळे काव्य हे त्यांच्या जीवनाचा उपजत असा भाग झालेले आपणास दिसून येते. आदिवासींच्या अनेक बोलीभाषा असल्यामुळे विविध भाषेत आदिवासींचे काव्य बहरले आहे. आदिवासी साहित्य केवळ मराठी साहित्याने मापता येत नसून ते देश आणि विदेशात अनेक बोलीभाषेत विश्वव्यापी स्वरुपात उमटलेले आहे. आदिवासींच्या विविध बोलीभाषा हीच तर आदिवासींची ओळख पटवून देणारे त्यांचे खास वैशिष्ट्य होय. महाराष्ट्रात प्रामुख्याने गोंडी, भिल्लारी, कोलामी, पारधी, वारली, कोरकू, कातकरी अशा भाषा अस्तित्वात आहेत. महाराष्ट्र प्रदेश हा मराठी भाषिक प्रांत असल्यामुळे या प्रदेशात राहणाऱ्या आदिवासी साहित्यिकांनी मराठी भाषेत आदिवासी साहित्याची मांडणी केली आहे. मराठी भाषेत आदिवासी साहित्यिकांची आणि आदिवासेत्तर साहित्यिकांची आदिवासी साहित्यावर असंख्य पुस्तकं प्रकाशित झाली आहेत. १९६० नंतर लिखित आदिवासी साहित्याचा प्रवाह पुढे बळकट होत गेला. याच कालावधीच्या दरम्यान दलित साहित्य प्रवाह, की जो आज आंबेडकरी साहित्याच्या नावाने जोमाने फुलत गेला. या साहित्य प्रवाहाच्या संबंधामुळे आदिवासी साहित्यिक उत्साहित झाले.

विविध कालखंडात आदिवासी काव्याची निर्मिती झाली. पुरातन काळात रामायण हे महाकाव्य वाल्मिकी च्या नावावर आहे. वाल्मिकी हा आदिम असल्याचे सांगीतले जाते.

रामायणात रावण हा राक्षस (रक्षक) गणाचा प्रमुख असून त्याच्या सारखा योध्दा झाला नाही व होणार नाही असे वर्णन करुन रावणाचे महत्त्व समीक्षकांचे दृष्टीने काव्यातून विशद झाले. त्यामुळे वाल्मिकी रामायणातील काव्य रावणाला खलनायक न ठरविता रक्षक गणचा योध्दा अर्थात नायक ठरवितो. त्यानंतर इंग्रजांची गुलामगिरी न स्वीकारता अस्तित्व व अस्मिता जोपासण्यासाठी ब्रिटीश व भांडवलदार, सावकारा विरुध्दचा संघर्षाचा काळ; या काळात मायभूमीसाठी बलीदान देणाऱ्या आदिवासी शहीद विरांची संख्या असंख्य आहे. त्यांच्या शौर्य आणि कर्तृत्त्वाचे काव्य मोठ्या प्रमाणात बोलीभाषेत देशाच्या विविध भागात उमटले आहे. क्रांतिवीर बिरसामुन्डा, खाज्या नाईक अशा असंख्य क्रांतिवीरांच्या लोकगाथा काव्यस्वरुपातून लोकांच्या तोंडपाठ, अलिखीत आणि लिखीत स्वरुपात उमटलेले आहे. आदिवासी संस्कृती, चालीरीती, लग्नसमारंभ, कुटुंबातील नाते या संबंधीचे काव्य आदिवासी जनसमूहात विविध भाषेत तोंडपाठ असल्याचे दिसून येते. या वरुन आदिवासी काव्य प्रवाह हा आदिवासींच्या अंगवळणी असून त्यांच्या जीवनातील अविभाज्य भाग आहे. आदिवासी साहित्यिकांमध्ये काव्य लिहणाऱ्यांची संख्या भरमसाठ असल्याचे दिसून येते. आदिवासी कवींचे काव्यसंग्रह प्रकाशित झालेत. त्यात 'मोहोळ', प्रातिनिधिक काव्यसंग्रह-संपादन-भुजंग मेश्राम, प्रभु राजगडकर १९८२, 'मेटा पुंगार' सुखदेव बाबु उईके १९६२, 'गोंडवन पेटले' डॉ. विनायक तुमराम १९८७, 'गोधड' वाहरु सोनवणे १९८७, 'उलगुलान' भुजंग मेश्राम १९९०, 'वणसूर्य' पुरुषोत्तम शेडमाके १९९०, 'जागवा मने पेटवा मशाली' वामन शेळमाके १९९१, 'म्होरकी' उषा किरण आत्राम १९९७, 'मनोगत' माधव सरकुंडे १९९७, 'अनुभूती' डॉ.गोविंद गारे १९९७, 'तिरकामठा' सुनिल कुमरे १९९९, 'पतुसा' कृष्णकुमार चांदेकर १९९९, 'रान आसवांचे तळे' सौ. कुसूम आलाम १९९८, 'रानपाखराची माय' सौ. कुसूम आलाम २०००, 'सुक्कासुकूम' वसंत कनाके २००२, 'पाखरं' बाबाराव मडावी, 'टाहरा' दशरथ मडावी २०११, 'पहाडी हुंकार' पी.डी. आत्राम, 'पानझडी' डॉ.संजय लोहकरे, 'ही वाट तिथून जावी' शंकर बळी, 'काजवा' कविता आत्राम, 'लेखणीच्या तलवारी' उषा किरण अत्राम २००९, 'अभुजमाड' भुजंग मेश्राम, 'गीत परिवर्तनाचे'-रामराजे आत्राम', 'आदिम सुगंधयुक्ता', डॉ.निलकांत कुळसंगे, 'गोंडी काव्य', विठ्ठल सिंह धुर्वे, 'गोंडवनातला आक्रंद',

मारोती उईके, 'ऋणमुक्ती' बी.डी.आडे, 'मी तोडले तुरुंगाचे द्वार' माधव सरकुंडे, 'ब्लॅक इज ब्युटी (अनु.)' प्रा. माधव सरकुंडे, 'शतकातील आदिवासी कविता' प्रातिनिधिक, संपादित डॉ. विनायक तुमराम, रानफुलांच्या कविता-संपा.डॉ.लोहकरे, मारुती आढळ आदिंचे कवितासंग्रह प्रकाशित झालेत.

रा. ची. जंगले - पाऊस पाणी, विसावा, इखरलेल्या ललना, विरप्पा गौंडर, धिक्कार, तुझ्या पत्रातील अक्षरं, दाग, दी मोमेंटस आय लिव्ह विथ, आय आणि माय, आदिवासींचे अस्तित्व-अस्मिता एवढे काव्यसंग्रह रा.ची. जंगले यांचे नावावर आहेत. त्याच प्रमाणे सह्याद्रीतील कवी तुकाराम धांडे, जगन्नाथ पाटील, संजय इधे, सीता भोजने, सुनिल गायकवाड, संध्या बांबळे, प्रा.मुक्ता अंभेरे, देवदत्त चौधरी, हिरामन पाडवी, अरुण पारधी, डॉ. तुकाराम रोंगटे, मारुती आढळ, कैलास धिंदळे, गणेश गायकवाड, किशोर डोके, रवी बुधर, प्रकाश दांडेकर, प्रकाश पाटील, लक्ष्मीबाई विरणक (आजी), ढवळा पटेकर तसेच विदर्भातील ब्रम्हनंद मडावी, श्रीकृष्ण मडावी, प्रसिध्द गझलकार बाळकृष्ण तिरणकार यांच्या कविता वृत्तपत्र, मासिकात प्रसिध्द झाल्या असून यांचे कवितासंग्रह अपेक्षित आहेत. संजय लोहकरे संपादित करीत असलेल्या फडकी मासिकात आदिवासी कवितेला प्रामुख्याने स्थान दिले. फडकीचे प्रत्येक अंकात आदिवासी कविता असतात हेच फडकी मासिकाचे वैशिष्ट्य समजावे लागेल. कवितेच्या क्षेत्रात आदिवासी कवींचा काफीला भव्यदिव्याकडे नेत वैभवसंपन्न करीत चाललेला आहे हे विसरुन चालणार नाही.

संजय लोहकरे हे कवी रानावनात मनसोक्त फिरणारे, बकऱ्या चारण्याचा छंद बाळगणारे आणि कंदमुळ्यांचा आस्वाद चाखणारे असल्यामुळे रानातल्या गोष्टी त्यांच्या उरात भिनल्या. त्यातूनच त्यांचे काव्य फुलत गेले.

डॉ. लोहकरे हे समाज परिवर्तनासाठी धडपडणारे सच्चे कार्यकर्तेअसल्यामुळे त्यांच्या कविता सामाजिक आशय घेवून धडपडतात. प्रस्थापित व्यवस्थेला आव्हान देत अन्यायाचा प्रतिकार करतात. आदिवासी साहित्याची निर्मितीच मुळी निसर्गाच्या सान्निध्यात जंगलात गडप झालेल्या आदिमांच्या समस्या मांडण्यासाठी झाली आहे. आदिमांच्या अस्मितेसाठी, त्यांच्या शोषण मुक्तीसाठी लढणाऱ्या चळवळींना घेवून आदिवासी साहित्य पुढे

सरकते. आदिवासी साहित्य शोषण व्यवस्था नाकारते, देश आणि जगातील संपूर्ण मानव समुहांना मानवी विचारधारेच्या आधारावर एकत्रित बांधण्याचे काम निसर्गाच्या विज्ञानावर आदिवासी साहित्य करते. परंतु, जे छल, कपट, शोषण, लूट करतात त्या प्रवृत्तींशी आदिवासी साहित्य लढा देण्यासाठी सजग झालेले आहे. लोहकरेंच्या कविता माणसाचं माणूसपण जोपासण्यासाठी जीवनाचं तत्त्वज्ञान सांगतात. त्यांची 'इथली माणसं फक्त माणसासाठीच जगतात' ही कविता सलामीची पहिली कविता म्हणून उगवली आणि माणुसकीची जोरदार धडक दिली. कवी रानावनातल्या माणसांच्या आदर्शाचे पुरावेच कवितेतून साकार करतो. पोटाची खळगी भरण्यासाठी डोंगरदऱ्याखोऱ्यात भटकणारी माणसं माणुसकीला जोपासतात. एकमेकांची भूक जाणतात. रानातला रानमेवा वाटून खातात. कवी जीवनाचे संदर्भ उलगडतो.

जगतात जागवितात फुलतात फुलवितात
माणसांना अन् प्राण्यांना माणुसपण दखवतात
इथली माणसं फक्त माणसासाठीच जगतात

एक दुसऱ्याचा जीव पोसण्याचा, सांभाळण्याचा सृष्टीचा नियम आहे. निसर्गाच्या सान्निध्यात असलेली माणसं स्वार्थाच्या बाजारापासून दूर आहेत. एकमेकांचं सुख दुःख वाटून वावरतात. ही माणसं पोटासाठी वणवण भटकणारी, तडफडणारी असली तरी मानवतेनं ओतपोत भरलेली आहेत. एकमेकांचा आदर, प्रेम ठेवून जिव्हाळ्याने वागणारी ही माणसं निसर्गाशी एकरुप होतात. त्यांच्या जगण्यातील आदर्श हेच खऱ्या अर्थानं मानवी तत्त्वज्ञान आहे. कवीने आदिवासी माणसाच्या जगण्यातले पुरावे जगासमोर उजागर करुन मांडले.

कवीच्या हृदयात आदिमांच्या नात्यातील कष्ट करणारी माणसं ऋतून बसली. मायबापाच्या कष्टाचे उसासे, त्यांच्या आठवणी झाल्याशिवाय रहात नाही. लहानपणापासून आपल्या मुलांची अंगुली धरुन रानावनात फिरणारा त्याचा बाप भूकेला जंगलात शोधतो. बापाचे कष्ट जीवन फुलविणारे. कष्ट करणाऱ्या बापाला अडाणी कसं म्हणायचं? त्यांच्या आदर्शाची बरोबरी चार बुकं शिकणाऱ्या पोराला कशी करता येईल? शिक्षणाने मोठी झालेली, सिमेंटच्या चार भिंतीत बंद झालेली पोरं परक्या सारखी वागू लागली. रानावनातल्या माणसांना

विसरुन साहेबी पेशात वावरु लागली. ज्या माय बापानं लहानपणी लेकराची बोटं धरुन जंगलात गडप झालेल्या पायवाटा तुडविल्या, जगण्याचे खास त्याच्या छात्याच्या भात्यात भरले, ती पोरं शहरी संस्कृतीत परक्यासारखी वागू लागली. शिक्षणाने जगण्यातील उंची वाढायला पाहिजे. मग हा परकेपणा आला कुठून? कवीने अनेक धागे धरुन ओढले. बाप या कवितेच्या ओळी पहा.

    माझ्या आतला माणूस
    झऱ्यासारखा आटला
    माणसाच्यासाठी बाप
    उभं आयुष्य पेटला

आपल्या आयुष्याला मानवतेसाठी पेटविणारी माणसं कितीतरी महान आहेत. त्यांच्या पोटाची खळगी मानवता घेवूनच जन्माला आली. रानावनात वावरणारी माणसं मानवतेचे फुंकर घेवून वावरतात. पण प्रस्थापित व्यवस्थेने भेदनीतीचा अवलंब करुन वनवासीकरणाच्या जाळ्यात पकडले. इंग्रजांचे वनकायदे आदिवासींना गुलाम करुन टाकणारे. पण स्वातंत्र्यातही त्याचीच री ओढण्यात आली. आदिवासींचा जंगलच्या वाळल्या काडीवरही अधिकार नाही. जंगलाच्या सहवासात पिढ्यान् पिढ्या राहणारी ही माणसं पण त्यांच्या वाट्याला वनसंपत्ती नाही. वनसंपत्तीचा हिस्सा आदिवासींना दिलाच नाही. जंगलात कंपण्या घुसल्या. पाठीवर बिऱ्हाड घेवून पुनर्वसन आदिवासींच्या माथी आले. घाम गाळून जीवन जगणारा माणूस पालापाचोळ्यासारखा जीवन जगू लागला. त्याच्या कष्टाला किंमत राहिली नाही. त्याचे जगणे कडब्यासारखे झाले. 'कडबा' या कवितेत कवीने आदिवासींची भयाण अवस्था चितारली. त्यांचे शोषण करणाऱ्यांचा समाचार घेतला. कवी 'उलगुलान' या कवितेत हल्लाबोल करतो. उलगुलान म्हणजे एकाचवेळी चोहोबाजूने हल्ला करणे असा अर्थ कवी लिहितो.

    आणि आदिवासींना नैसर्गिक स्वातंत्र्य देणारी
    लोकशाही
    बिरसा, तुझ्याच क्रांतीने येईल रें

फक्त तुला इथली माती आणि माणसं
पेटवावी लागतील उलगुलान करुन

आदिवासींच्या जीवनातला अंधार संपलेला नाही. कुपोषणानं त्यांची पोरं मृत्यूच्या हवाली होत आहेत. बिरसाच्या उलगुलानाची लढाई पुन्हा पेटवावी लागेल. आदिवासींच्या अस्तित्व, अस्मितेसाठी हक्काची, मानवतेची लढाई नव्या आधुनिक विचाराच्या शस्त्राने करावी लागेल. ज्यांनी ज्यांनी मानवता कलंकीत केली त्यांचा समाचार घ्यावा लागेल. कवी अनेक वैचारिकतेचे वार कवितेत पुकारतो. त्यामुळे लढणाऱ्या कवितेचं स्वरुप शब्दातून प्रगट होते. कवी विद्रोहाने पेट घेतो. त्यांचे काळीज भाजून निघाल्या प्रमाणे शब्दांचे अंगार होतात आणि मेलेल्या मनाला जागवत तो पहारा देतो. 'माणसं पेटत का नाहीत' या कवितेत कवी आपल्या भावनेची साद घालीत माणसं जागवतो. खरं म्हणजे चिंताग्रस्त मुलखातील माणसांचा विचार करणारी ही कविता शोषण करुन गळून पडलेल्या माणसाच्या कुडीत प्राण ओतते. आपला दैदिप्य इतिहास सांगून हाडांच्या साफळ्यांना उभं करते. ब्रिटीशांची गुलामगिरी मान्य न करता स्वअस्तित्व, अस्मिता व देशासाठी शहीद झालेल्या असंख्य आदिवासी क्रांतिवीरांचा प्रचंड इतिहास. राघोजी भांगरा, तंट्या भिल्ल, खाज्या नाईक, भागोजी नाईक, वीर बापूराव शेडमाके, शंकरशहा, रघुनाथ शहा, राणी दुर्गावती, बिरसा मुंडा, सिद्दु, कान्हु, चांद भैरव, भिमु कुमरा, शामा दादा कोलाम अशा कितीतरी शहीद विरांचा थारारक इतिहास पाठीशी आहे. याची खंत कवी करतो. सद्यस्थितीत लुटारुंनी आदिवासींचे शोषण करुन त्यांना हक्कापासून परावृत्त केले. लोकशाहीवरची ही माणसं हक्कापासून वंचित कशी ? या चिंतेने कवी माणसं पेटत का नाहीत असा गर्भीत सवाल करीत म्हणतो,

तुम्ही त्यांच्याच रक्ताची नाळ जोडून
अवतरलात स्वातंत्र्यात
आणि अडकलात लोकशाहीच्या बेड्यांत
मजूर म्हणून विकला जाता
शहरा शहरांच्या चौकात

भारतीय संविधानावर आदिवासींचे हक्क ५,६ व ७ व्या सुचित नमूद केले आहेत.

लोकशाहीचा आम्हाला गर्व आहे. घटनेचा आदर आहे. परंतु माणसं गुलाम करुन टाकणारी व्यवस्था अजूनही कायम आहे. कष्ट करणारी माणसं गुलामाप्रमाणे विकली जातात. त्यांचे शोषण करणारी यंत्रणा जिवंत आहे. डॉ. बाबासाहेब आंबेडकर म्हणाले होते, 'घटना कितीही चांगली असली तरी ती राबविणारे प्रतिनिधी चांगले हवे, अन्यथा घटना चांगली असूनही त्याचा उपयोग होणार नाही'. अजून सामाजिक समता आदिवास्यांच्या वाट्याला आली नाही. कवी स्वअस्तित्वाच्या स्वातंत्र्याची गोष्ट करतो. माणसा माणसात होणाऱ्या भेदावर कवी तुटून पडतो. त्यांच्या कवितेच्या या ओळी पहा.

<blockquote>
माणसं लिलावात विकली जातात
माणसं माणसातून फेकली जातात
संस्कृतीची नाळ तोडतात
मुलामीच्या बेड्यांत आडकतात
माणसं स्वतंत्र असतांना सुध्दा
गुलामीत जगतात
आरे, माणसं पेटत कां नाहीत ?
</blockquote>

देशाला स्वातंत्र्य मिळाले तरी सामाजिक स्वातंत्र्य त्यांच्या दारात अजूनही नांदताना दिसत नाही. सामाजिक, आर्थिक, सांस्कृतिक स्वातंत्र्याशिवाय खरं स्वातंत्र्य माणसाला उपभोगताच येत नाही. आदिवासी क्रांतिवीरांचा हाच लढा होता. गुलामीचे पाश तोडून आदिमांच्या मुक्तीचा तो संग्राम होता. घाम गाळून जीवन जगणाऱ्या माणसांचं जीवन अजून स्थिर झालं नाही. सामाजिक समतेच्या स्वातंत्र्याची लढाई अजून संपलेली नाही. एवढं सारं वाट्याला असमानतेची खाई येवून देखील माणसं पेटून कां उठन नाही याची खंत कवी करतो, आदिवासींना जागवितो. माणसं पेटत का नाहीत ही कविता गर्भीत अर्थानं कवी खेचत गेला. कवितासंग्रहातील ही उठावदार मानवता प्रवण करणारी कविता मनाला जावून भिडणारी अशी आहे.

<blockquote>
त्यांचा इतिहास गाडला जातो
वर्तमानात नाडला जातो
योजनांचे गाजर दाखवून
</blockquote>

२६

आखा आदिवासी छेडला जातो

तरी माणसं पेटत कां नाहीत?

आदिवासींना केवळ योजनांच्या ऑक्सीजनवर ठेवता येणार नाही तर त्यांच्यात मूलगामी परिवर्तन होण्याची आवश्यकता आहे. योजना असूनही त्यांची भूक, कुपोषण समाप्त झाले नाही. आदिवासींचा ज्वलंत इतिहास आहे पण तो येथे कुठे मांडल्या गेला? ह्या साऱ्या प्रश्नांसाठी लंगोटी नेसलेल्या माणसाने पेटून उठायला पाहिजे अशी हाक कवी देतो. आदिवासींना जागवणाऱ्या दिशेने नेण्याचे पडसाद कवितेच्या ओळीतून उमटतात. एका दशकात विचारांचा विद्रोह लोहकरेंची कविता करतांना दिसते.

आदिवासी माणसाला गुलाम म्हणून विकल्या जात होते तशी आजही अवस्था दिसून येते. अमेरिकेतील निग्रोंची अवस्था अशीच होती. नेल्सन मंडेला निग्रोंच्या स्वातंत्र्यासाठी लढला. श्रम करणारी माणसं विकत घेण्यासाठी ठेकेदारी पध्दतीने दलाली करतात. कवी आपल्या माणसांचा लिलाव होतो पाहून घायाळ होतो. 'अदिवासींच्या लिलावाचा प्रजासत्ताक देश' या कवितेत आपलं अंत:करण रितं करतो. कवीच्या ह्रदयावर झालेल्या घायाळ जखमा भळभळ वाहू लागतात. ही कविता कवितासंग्रहाची टायटल कविता. कवीचे मायबाप प्रजासत्ताक दिनाच्या दिवशी नाराणगावच्या माणसांच्या बाजारात आपल्या श्रमाचा लिलाव करतात. हा प्रसंग कवीच्या ह्रदयावर घाव घालून गेला. या देशात माणसं कशी विकल्या जातात? या देशाच्या स्वातंत्र्यात माणसं गुलाम कशी? अशा प्रकारचे खडे सवाल कवी करतो. या कवितेच्या ओळी पहा-

प्रजासत्ताक दिनालाच बा नं

मायला न मला देसात नेला

मी आसन पंधरा सोळा वर्षांचा

मायचं प्वाट खपाटीला

अन् बा झिंगून झिंगून खंगलेला

मी म्हणलं आरे बा, आज त प्रजासत्ताक दिन

बेल्ह्याचा बाजार सुदीक बंद आसन

तव्हा बा नं गाव देवाला हात जोडलं
अन् तोंडातल्या तोंडात पुटपुटला
बेल्ह्याचा बाजार बंद असला त आसुंदे
पण नारायण गावचा माणसांचा बाजार मातर
तेजीत चालू दे

कष्ट करुन हाडाची काडं झालेली माणसं शोषित होवून ऊसाच्या पाला पाचोळ्यागत झालेली. या माणसांना प्रजासत्ताक दिवस माहित नाही. स्वातंत्र्याच्या दिवशी स्वत:चा लिलाव करुन घेण्यासाठी तयार झालेली. त्यांच्या पोटाची आगभूक शमविण्यासाठी तडफडते. त्याचा फायदा घेण्यासाठी हरामखोर दलाल टपलेले असतात. त्यांच्या कष्टाचा कवडीमोल लिलाव करतात. कवीचा परिस्थितीने खंगलेला बाप म्हणतो बेल्ह्याचा बाजार प्राजासत्ताकाच्या दिनी बंद असला तर असुं दे पण नारायगावाचा माणसांचा बाजार, माणसाचा लिलाव होतो तो तेजीत चालू असला पाहिजे. माणसांच्या स्वतंत्र्याचा अर्थ कसा लावला? माणसाचा मेंदू या ठिकाणी बंद पडतो. कवी व्यवस्थेची चिरफाड करतो. पुढं कवी हळूहळू या प्रसंगाचे चिंतामग्न होवून वर्णन करतो-

नारायण गावच्या स्टँडवर मायच्या प्वाटात भूक
मह्या घशाला कोरड
अन् बा गिऱ्हाईक पहेत होता
रुबाबदार टोपीतला ठेकेदार
खिशात हात घालून
जानावरं न्याहाळातीत दावणीची
तशी माणसं न्यहाळू लागला

बैलबाजारात जनावरं न्याहळून दलाल बैल खरेदी करतात, बोल लावतात त्या प्रमाणे माणसं न्याहाळू लागला. माणसांच्या लिलावात उभी झालेली माणसं आणि त्यात मिसळलेले कवीचे माय-बाप. कवी हे सारं साक्षीदार होवून पहात होता. या व्यवस्थेचा कवीला राग येत होता पण ईलाज नव्हता. तडफडणारा राग डोळ्यात लाल होवून अग्नी झाला

होता.

मह्या डोळ्यात आग अन् मायच्या प्वाटात भिती
तसा ठकेदाराने आमचा लिलाव सुरु केला
लिलाव झाला शेतावर नेला
रह्याला मोडकी झोपडी

माणसाच्या लिलावात जनावरासारखी माणसं विकत घेवून राबविली जातात. त्यांचे शोषण करण्यात येते. कवीच्या मायबापाकडून वेठबिगारीसारखे काम करुन घेवून पैसे न देताच हाकलून दिले. माणसाचे माणूसपण हरविणाऱ्या, घाम गाळणाऱ्यांच्या व्यथा या मातीत घडतात. आपल्याच स्वातंत्र्यात घडतात. कवी शेवटी म्हणतो-

आता मला प्रजासत्ताक दिनाचा
खरा अर्थ कळला
या देशात विकली जातात
भूकेली माणसं खाटकाला

हीच का स्वातंत्र्याची फळं भूकेल्या माणसांच्या वाट्याला आलेली? या उपेक्षित माणसांच्या दारात ज्या दिवशी स्वातंत्र्याचा अर्थ नांदेल तोच खरा प्रजासत्ताक दिन. स्वातंत्र्य उपभोगण्याची बाब आहे. माणसांचे स्वातंत्र्य अडविणारे दलाल कधी नष्ट होतील? देशातून इंग्रजांना हाकलून दिले परंतु माणसाचे शोषण करणाऱ्या प्रवृत्तींची माणसं देशातच कलंक आहेत. ज्यांच्या कष्टावर देश तरला आहे त्यांनाच गुलाम करण्याचे कारनामे करीत आहेत. सामाजिक परिवर्तनाच्या स्वातंत्र्याची कवीची ही हाक आहे.

आदिवासी पार लुटल्या जात आहेत. आपल्यातीलच काही ढोंगी माणसं बगळ्याचे रुप घेवून स्वार्थाने बरबटून हरामखोरी करीत आहेत. आदिवासी क्रांतिवीरांचा थरारक इतिहास आहे. या इतिहासाची उजळणी करावी लागणार आहे. मतांचे राजकारण करुन स्वार्थ साधणारे सत्तापिसासू शोधून काढले पाहिजेत. 'सभा' या कवितेत कवी आदिमांना जागवितो.

तुम्ही पसरवलेला लाचारी आणि गुलामीचा
संकरीत जंतु

२९

आम्ही सोडतो गटारीत विचारांच्या ताकदीने
आणि आमची जुनी पारंपरिक संस्कृती
स्वाभिमान पेरतो पुन्हा इर्षेने
यासाठी आम्हाला पेटवावे लागेल रान
उठवावी लागतील माणसे
पाजवावा लागेल तिरकामठ्याचा आंगठा
काढावी लागेल पारध
माजलेल्या गेंड्यांची शिकार करण्यासाठी

आदिमांची संस्कृती महान आहे. ती मानवतेवर, सृष्टीच्या नियमांवर, विज्ञानवादावर, सामाजिक समतेवर आधारित आहे. आदिवासींचा गुलामीचा इतिहास नाही. लाचारी त्यांच्या रक्तात नाही. ज्यांनी लाचारी स्वीकारली त्यांना गटारगंगेत सोडून मूठमाती दिली पाहीजे. वैचारिकतेने चळवळीचे मार्ग स्वीकारुन आपल्या आदर्शावर ठाम असले पाहिजे. वैचारिकतेच्या जोरावरच आपला स्वाभिमान उजागर होणार आहे. त्यासाठी स्वअस्तिवाचे युध्द करावे लागणार आहे. आदिवासींचे अंगठे कापणाऱ्यांचा समाचार घ्यावा लागेल. लाचारीला झुगारुन आत्मसन्मानासाठी उठून उभे व्हावे लागेल. मानवतेच्या युध्दात वैचारिक तत्त्वज्ञान घेवून युध्द छेडावे लागेल. कमानीवर तीरकामठे चढवून जोरजुलूम करणाऱ्यांची शिकार करावी लागेल. लोहकरेंची कविता पिचल्या गेलेल्या हाडांच्या सापळ्यात बळ आणणारी आहे. तिची धार युध्दातल्या शस्त्रासारखी तेज आहे.

आदिवासींत लाचारी पत्करणारी माणसं चळवळीलाच बदनाम करुन टाकतात. ज्या प्रस्थापित व्यवस्थेनं हजारो वर्षापासनं छळलं त्यांच्या वनवासी करणाऱ्या दावणीला आमची माणसं बांधली जात आहेत. चळवळ नासवणाऱ्यांचा समाचार कवीने घेतला आहे. त्यांचा 'नारदी कावा' उघड केला. 'वळवळ मळमळ फळफळ आणि पोटभरु चळवळ' या विडंबन लोकसाहित्याच्या चालीवरील बार उडवणाऱ्या विडंबनात्मक पण सत्यशोधून वाघाचे पांघरुन घेतलेल्या गाढवांचा समाचार कवीने घेतला आहे.

राजाचे कान लांब करुन मुंगीवानी शीरतो आत

आतून बाहेर यातना राजा घालतो ढुंगणावर लात

फुसक्या बाराच्या चहाड्या करतात चहाडखोर

समाजात दुही माजवणारे हे हरामखोर

स्वअस्तित्व घेवून न वावरणारी माणसं इतरांच्या ताटाखालची मांजरं बनून वागतात आणि समाजालाच गहाण ठेवतात. दुसऱ्याच्या ताब्यात राहून गुलामी स्वीकारणाऱ्यांना अस्तित्व निर्माण करता येत नाही. डॉ. बाबासाहेबांनी दलित आदिवासी माणसांच्या नेतृत्वासाठी राजकीय स्वतंत्र मतदार संघाची मागणी केली होती. या मगणीच्या विरोधात महात्मा गांधींनी उपोषण केले होते. या देशात माणसं शोषित होवू नयेत, त्यांचे नेतृत्व शाबूत रहावे हा विचार त्या पाठीमागे होता. कवीने समाज अस्तित्वावर उभा व्हावा याची काळजी वाहिली. खरं म्हणजे विडंबन नाही तर एक विचार आहे. खुमासदार शैलीत कवी तमाशात दोषींना चाबकाने फटकारे मारतो–

गाई लोकाच्या बैल भोकाच्या

सत्ता भोगाची माणसं त्यागाची

कष्टावरच्या निष्ठेची, गुलामी राजाची

योजना सरकारची, लाचार कार्यकर्त्यांची लाचार फळी

अस्मितेला मारा गोळी

पोरं तुमची लाचार रक्ताची, गुलाम मानसीकतेची

संस्कृतीची विक्री, निष्ठेची घुसखोरी

कष्टांचा लिलाव, मातीची थट्टा, मातेला बट्टा

मूल्यांची चेष्टा, तेलणीचा नाष्टा

कंकरसेठची मिसळपाव, चांदभाईची भेळपूरी

चटक जडली अघोरी

लंग्या लफंग्याच्या गिताचं घोष वाक्य

चळवळ कळकळ मळमळ फळफळ पोटाची

समाजासाठी खड्डा आन ती माती लोटायासाठी

अस्मितेला पायाखाली तुडविणारी माणसं लाचारी पत्करुन वागतात. त्यामुळे कष्ट करुन जीवन जगणाऱ्या माणसांची अवहेलना होते. प्रामाणिक माणसाच्या अस्तित्वाला ठेच पोहचते. जीवनमूल्ये पायदळी तुडविल्या जातात. समाजासाठी खड्डा खोदणारी लुटारु माणसं चळवळीला घातक ठरतात. चळवळीत आलेलं प्रदुषण वेळीच दूर सारलं पाहिजे. कवी आदिवासींचा घात करणाऱ्यांना धारेवर धरुन त्यांच्या पापाची लक्तरे वेशीवर टांगतो. या कवितेचा बाज सजग असा झाला आहे. ओरडून सांगून समाज जागृत करणारी कविता अशी ती वळण घेत गेली. ह्या कवितेचा कंठ फुटलेला असल्यामुळे ती तोफेचा हल्ला करते. समजाच्या टाळूवरलं लोणी खाणाऱ्यांना शेवटी कुणी विचारीत नाही. सत्ता आणि संपत्तीच्या मागे लागलेल्यांचे चरित्र सर्वसामान्य माणसासाठी नसते. अशा लोकांना उद्देशून कवी म्हणतो.

तेच आता हसतील तुमच्या मुर्दाडपणाला
अन् लाचार राजकारणातील प्याद्याला
आम्हाला सवय आहे कष्टावर निष्ठा ठेवून जगण्याची
पण तुमचं काय?
तुम्हाल तर आता राजकारणातलं काय
गल्लीतलं कुत्रंही विचारत न्हाय

लाचारी पत्करुन स्वार्थाचं राजकारण करणाऱ्या माणसाला मुर्दाड म्हणण्यासाठी सर्वसामान्य माणसं तयार होतील. ढोंगीपणाचे बुरखे अंगावर किती दिवस टाकून राहणार? कष्ट करणाऱ्या माणसांशी बेईमानी करणाऱ्यांना एक दिवस गल्ली बोळीतील कुत्रंही विचारणार नाही. अशा संवेदना कवीने व्यक्त करुन स्वाभीमानाच्या नेतृत्वाची अपेक्षा केली. कवी साऱ्याच पातळीवर आदिवासींचं चिंतन करतो. त्यामुळे कवीच्या ह्रदयात साठवलेले ज्वालाग्राही स्फोट कवितेच्या ओळीत पेरल्या गेले.

आपल्या माणसांच्या आदर्शाच्या आठवणीची उकल, आदर्श समाजरचनेची अपेक्षा कवी करतो. ही माणसं केवढी मोठी भूकेसाठी तडफडत असली तरी मानवी विचारधारेवर जिवंत आहेत. 'गावाकडची माणसं' या कवितेत कवी गावाकडच्या माणसांचं

गुणगाण करतो.

काल मी गावाकडची माणसं
शेरणी वाटावी तशी
माणुसकी वाटतांना पाहिली

माणूसकीची देवानघेवान करताना माणसं पाहिली की मन कसं भरुन येतं. शेतात, रानावनात राबणारी ही माणसं माणुसकीच्या तत्त्वज्ञानाने ओतपोत भरलेली. त्यांचा आठव घेवून जगता येईल काय? प्रगतीचा अर्थ कसा लावावा? या भोळ्या बाभड्या माणसांच्या जगण्याची रीतच न्यारी. जीव ओवाळून टाकावा त्यांच्या जगण्यावर. परंतु ही माणसंच उपेक्षित झाली. 'माणसे माझीच होती' ही कविता देखील घाम गाळणाऱ्या जीवांचे गुणगाण करते.

मातीला कशी बिलगून होती
घामाने माती भिजवीत होती
आयुष्य उभे मळवीत होती
दलालाच्या बागा फुलवीत होती

गरीब कष्टकऱ्यांचे शोषण करणारे दलाल साध्यासुध्या माणसांचा फायदा घेतात. मातीशी नातं सांगणारी ही माणसं रात्र-दिवस मातीत राबतात आणि तिच्या पोटातून उगवणाऱ्या निसर्गालाही जोपासतात. जीव जंतू प्राण्यांचा चारा मातीतून निर्माण करणारी ही माणसं केवढी मोठी! आपल्या शरीरातील घामाने मातीला उबाउब भिजवायचं. तिला न्हावू घालायचं आणि फुलवायचं, आयुष्यालाच मातीसंगं मळवायचं. अशी ही माणसं माझीच होती असं कवी त्यांचं महात्म्य सांगून आपुलकीने त्यांचा स्वाभीमान बाळगतो. ही माणसं जोपासल्या गेली, त्यांच्या आदर्शाची पेरणी झाली तर समाज व्यवस्था आणि राष्ट्र किती मोठे होईल?

कवी हळव्या मनाचा असून निसर्ग जोपासणारा आहे. निसर्गाचे तत्त्वज्ञान त्याच्या ह्दयात घट्ट बसले आहे. साळीचं जीवन पाण्यावर आहे. भाताच्या शेतीला मुबलक पाणी लागतं. हिरवीकंच साळ पाण्यावरच जगते, पाण्यावरच वाढते. साळ आणि मायचं जीवन सारखंच. निसर्गावर अवलंबून असलेलं. कवी मायसारखं पोटाशी असलेल्या साळंला

निसर्गाचं पाणी मिळालं नाही तर तिची अवस्था भ्रुणहत्येसारखी होईल आणि वांझ झालेला पेंढा मायच्या घामावर पोसल्या जाईल अशी कल्पना करतो.

पण आभाळाकडं पाहून
मायचं मन कचारतं
कारण
मायची कूस उजवल
पण नियमेश्वरानं
नियत बदलली तर?
पोटऱ्यातली लोंबी
पोटऱ्यात कुस्करल
भ्रुण हत्येसारखी

निसर्गावर पिकं वाढतात. निसर्गानं साथ दिली नाही तर पिकं वांझ होतात. अशीच वेदनेनं डबडबलेली 'वसान' ही हारळीची चिंता वाहणारी कविता. वास्तविक हारळीमुळे पिकं वाढत नाहीत. तिच्या मुळ्यांचं जाळं जमिनीत विनलेलं असतं. हिरवीगार होवून ती वर येते. नांगरुन कत्तल झालेली हिरवळ मृगाच्या पाण्यानं पुन्हा जिवंत होते. पुन्हा वखराच्या फाळानं तिची कत्तल करावी लागते. वखराचा फाळ वसानाने जड होतो. हरळीचं दु:ख, तिचं जगणं आणि पुन्हा पुन्हा मरण कवीच्या हृदयात घर करुन बसलं. ह्या ओळी पहा–

हारळीची कत्तल करीत
भूसभूसीत वावर व्हताना
कत्तल करणाऱ्या कुळवाला
वसान जड व्हतं
पदरकरीन लेक
बापाला जड व्हावी तशी

एक जीव दुसऱ्या जीवाला जोपासतो. स्वत:ला नष्ट करुन घेतो. मातीत एक दाणा नष्ट होतो तेव्हा कणसात हजार दाणे उगवतात. इतरांच्या पोटाच्या चाऱ्यासाठी निसर्गातील

जीव, जंतू, प्राणी स्वत:चा अंत करुन घेतात. हारळीची कत्तल दुसरं पीक वाढण्यासाठी होते. माणसाच्या चाऱ्यासाठी ती नष्ट होते. कवी जगण्याचा अधिकार प्रत्येकाला असूनही हरळीच्या कत्तलीनं हळहळतो. कत्तल करणाऱ्या कुळवाला वसान जड होतं आणि वारंवार वखराच्या फाळीतील हरळीची चिकटलेले वसान काढावं लागतं. जशी आपलीच लेक सासरी जावून माहेरी आल्यावर जड व्हावी तशी कवी निसर्गातील प्रत्येक वनस्पती, प्राणी, पिकं यावर भेदभाव न करता जीव ओवाळून टाकतो.

निसर्गाचं जगणं उजागर, उदार जिंदगाणीचं आहे. या कवितासंग्रहात वेगवेगळे कवितेचे चौफेर भाव प्रकट झाले, त्यामुळे ही कविता सामाजिकतेचे, निसर्गाचे, संस्कृतीचे, राजकारणाचे अशा अनेक विषयांचे पदर हाताळतांना दिसते. आदिवासींचे वनवासीकरण करुन आदिमांच्या संस्कृतीवर घाला घालण्याचे षडयंत्र सुरु आहे. कवी आपल्या बांधवांना सावधान करतो. 'वांझोटी' कविता वनवासीकरणावर हल्ला करते-

  तुम्ही मात्र वली माती इकून
  रुजू घातलं विषारी बेनं
  अन घात केला आपल्याच वंशजांचा
  'वली माती अन हजार जाती'
  असं मही आजी म्हणायची
  ते आता कळू लागलं
  वल्या मातीला भाव आणि
  नाव देणारेही कळू लागले
  माती कायमची नापीक करुन
  वांझोटी पिकं घेवू लागले

जो आदिवासी आपली संस्कृती समजून न घेता वनवासीकरणाला बळी पडतात, ते आपल्याच मातीचा, संस्कृतीचा घात करुन घेतात. आपली शेती लालसेने भाडेपट्टीवर देवून विषारी औषधांवर वांझ करणाऱ्यांचे आपणच बळी पडतो. अगदी तसेच आपला स्वाभिमान गहान ठेवून वनवासीकरणाच्या विषारी षडयंत्राला बळी पडून आपणच आपल्या मायभूमीला

गद्दारी करतो. आपल्याच हाताने वांझोटी केलेली जमीन मुख्य पिकापासून वंचित होते. तसेच आपल्या संस्कृतीत आपणच वांझपणा आणतो.

वनवासीकरण हा मूळनिवासींना त्यांच्या हक्क व स्वातंत्र्यापासून दूर करणारा डाव आहे. यापासून सावध राहण्याचे कवी आव्हान करतो. 'सेझ' ही कविता शिक्षणाच्या बाजारीकरणावर, देशात चाललेल्या भ्रष्टाचारावर ताशेरे ओढणारी, 'किचडवध' ही कविता सर्वसामान्य जनतेला लुटणाऱ्या ढोंगी नेतृत्वाचे पर्दापाश करणारी आहे.

हे सत्ता भोगतील देशाला लुटतील
पद प्रतिष्ठा प्रसिध्दीच्या नावाने
सत्कार सोहळे होतील
पण हा माज उतरेल एक दिवस
तेव्हा तुमच्या पुतळ्यावरही
उलटी तंगडी करणार नाहीत कुत्री

सामाजिक सत्तापिसासू नेतृत्त्व चिरकाल टिकणारे नसते. एक दिवस त्याचा पर्दापाश होतो. ढोंगी नेतृत्व हे फार घातक आहे. ते समाज आणि देशालाही लुटतील. त्यांचे ढोंगीपण उघडे पडले की कुत्रेही त्याला विचारणार नाहीत अशी त्यांची अवस्था होईल. समाजसेवा, देशसेवा करणारी माणसं प्रामाणिक आणि निष्ठावान हवीत, जेणे करुन त्यांचा आदर्श चिरकाल दरवळत राहील. भ्रष्ट पुढारी समाजाला कलंक आहेत असे कवी सांगून चांगल्या नेतृत्वाची अपेक्षा करतो. 'ऑक्टोबर हीट' या कवितेत रानातील कणसं कशी डौलानं डोलतात याचं वर्णन असून शेतकरी पीक पाहून आनंदाने नाचतात, गातात. निसर्गातील मानवजातीला पोसणारं शिवारातलं पीक राबणाऱ्या माणसाचं हृदय फुलविते. त्याच्या पोटातला चारा होवून घरातल्या गाडग्या मडक्यांत शिरते. फुललेल्या शिवाराचा आनंदोत्सव कवीने या कवितेत उभा केला. काळ्या मातीचे, धरतुरीचे आणि तिच्या उरात उगवणाऱ्या मोत्याच्या दाण्याचे ऋणानुबंध कवी जोपासतो.

देशोदशी जाणारी माणसं
कणसं, कडबा, पेंढा पाहून

मन भरुन नाचतात, गातात
धरतीला देव मानून पूजा करतात
मातीवर पाय घट्ट रोवण्यासाठी

कवी सामाजिक समतेसाठी तडफडतो, प्रस्थापित व्यवस्थेवर तुटून पडतो. या देशात जाती धार्मच्या नावाखाली विभागल्या गेलेली, उच्च-निच्च, अस्पृश्यतेने माणसातला माणूस नष्ट झाला. स्पृष्य-अस्पृष्याची दरी निर्माण झाली. सर्व माणसं 'माणसं' या खाईत गारद झालीत. अनेक पिढ्या बरबाद झाल्या. फुले शाहू आंबेडकरी युगाने या व्यवस्थेला धडक दिली. अस्पृष्य समजल्या जाणारी माणसं देवाच्या देवळात जावू शकत नव्हती. महत्मा फुलेंना त्यांच्या ब्राम्हण मित्राच्या लग्नातील वरातीतून खालच्या जातीचा म्हणून बाहेर काढले. डॉ. बाबासाहेब आंबेडकरांना बडोदे सरकार येथे उच्च पदावर नोकरी करीत असतांना चपराशी फाईली दुरुन फेकत होता. या व्यवस्थेच्या विरोधात फुले आंबेडकरांनी युध्द पुकारले. मनुवादी वर्णव्यवस्था, जातीयता, अस्पृष्यता या विरोधात संघर्ष करुन माणसांचे श्वास मोकळे केले. मानवी परिवर्तनासाठी झुंज देवून माणसाचे माणूसपण शाबूत केले. डॉ. बाबासाहेब आंबेडकरांनी भारतीय संविधानावर सर्वसामान्यांचे अधिकार आणून कायद्याच्या संरक्षणाची तरतूद करुन ठेवली. सर्वसामान्य जनता विठोबा, संत ज्ञानेश्वर यांच्या वाऱ्या करते पण माणसामाणसातला भेद ते निवारु शकले नाही. नाशिकच्या काळाराम मंदिरात दलितांना प्रवेश करण्यासाठी दलितांना आंदोलन करावे लागले. त्यावेळी दलितांनी प्रवेश केला म्हणून अस्पृष्यांच्या स्पर्शाने मंदिर बाटले, म्हणून मंदिरास पाण्याने धुवून काढण्यात आले. डॉ. बाबासाहेबांच्या संघर्षाने मानवी न्याय हक्कासाठीचा लढा आपल्या देशात उभा झाला आणि माणसं या लढ्याने उजळून निघाली. कवी 'ज्ञानुबा अन ईठुबा' या कवितेत म्हणतो-

म्हणून हा बाबासाहेब मला
तुमच्या दोघांपेक्षा लय मोठा वाटतो
कारण तो जगला फक्त समतेसाठी
देव दानव आन् माणसासाठी

कवीच्या हृदयात डॉ. बाबासाहेब आंबेडकरांची चळवळ घट्ट रोवली. या

चळवळीनेच देशातील माणसं स्थिरावलीत. मानवांचे हुंकार घेवून जिवंत झालीत. निसर्ग, समाज, चळवळ या बरोबरच समाजात वावरत असलेल्या तृतिय पंथीयांच्या समस्येला कवीने हात घातला. खरं म्हणजे हा कवी केवळ एका समाजाच्या चौकटीत बसत नाही तर संपूर्ण समाज व्यवस्थेच्या दु:खात, समस्येत मानवी अंत:करण घेवून सहभागी होणारा कवी आहे. या कवितासंग्रहात हिंदी राष्ट्र भाषेतील कविता आहेत. कवी आदिवासी साहित्यातील म्होरका असल्यामुळे आदिवासी साहित्य अनेक भाषेत वावरते. राष्ट्रभाषा ही देशपातळीवर सर्वांना घेवून चालणारी. डॉ. लोहकरेंनी काही रचना हिंदीतून साकार केल्या. त्यांच्या ह्रदयातून फुटलेले बोल हिंदीतून साद घालीत उमटले. माणसं जागे करण्यासाठी त्यांच्या सामाजिक जाणीव ठेवून तरलतेने पेश झालेल्या कविता समाजपरिवर्तनाचा अट्टाहास करीत, अन्यायी व्यवस्थेवर तुटून पडतात. तृतिय पंथीयांचं एक वेगळं जग. ही माणसं देखील समाजातून आलेली. त्यांच्याकडे उपेक्षित नजरेने पाहणारा समाज. त्यांचे असंख्य प्रश्न निर्माण झालेत. देवा धर्माच्या नावावर जोगता जोगतीण यांच्या समस्येवर आजवर अनेकांनी लिखान केले. मराठी साहित्य संम्मेलनाचे अध्यक्ष झालेले प्रख्यात साहित्यिक मा. उत्तम कांबळे यांनी देवदासी प्रथेवर पुस्तकं लिहून त्यांना या समस्येतून वाचविण्यासाठी चळवळ, आंदोलने केलीत. कवीने एका वेगळ्या आशयाची कविता तृतियपंथी पेक्षाही महाभयानक लोकं, की जे लोकशाहीला विकायला निघालेत, त्यांची तुलना करुन समाजातील तृतियपंथी परवडले परंतु लोकशाहीला कलंकीत करणारी माणसं समाजाचे, देशाचे दुश्मन आहेत, हे ठासून सांगीतले. एक उच्च भाव घेवून आलेली 'हम किस पर गर्व करे' ही हिंदीतील कविता पहा–

वेश्याओंकी बस्ती मे भी ईज्जत का
एक लोकतंत्र होता है
लेकीन संसद जैसी बस्ती में
लोकतंत्र को बेइज्जत करते है
कैसा है यह देश और देशकी ईन्सानियत
हम किस पर गर्व करे
वेश्याओकी बस्तीपर या बेईज्जत लोकतंत्र पर ?

संसदेमध्ये गेलेले कित्येक लोकं भ्रष्टाचाराचे आरोपात शिक्षा भोगत असलेले दिसून येतात. लोकतंत्रास बदनाम करणाऱ्या अशा माथेफीरु, लुटारुंपेक्षा वेशेंची वस्ती परवडली. पोटाच्या भूकेसाठी शरीर विकणारी ही माणसं परवडली, परंतु लाकशाहीला बदनाम करणारी माणसं देशालाच कलंक आहेत. कवीने या देशाची लोकशाही आदर्श रहावी या उद्देशाने खडे बोल सुनाविले. डॉ. बाबासाहेबांनी देखील म्हटले होते की, आदर्श लोकशाही असलेले संविधान अतिशय चांगले आहे. परंतु चालविणारे प्रतिनिधी वाईट निपजले तर घटना कितीही चांगली असली तरी त्याचा उपयोग होणार नाही. भ्रष्ट प्रवृत्तीच्या स्वार्थांध नेत्यावर कवीने हल्ला करुन लोकतंत्र आदर्श ठेवण्याचा इशारा केला.

समाजात अनेकांच्या अनेक समस्या आहेत. माणसं आपआपसात, कुटुंबात, नातेवाईकांत, मोहल्ल्यात एकमेकांशी वाद घालतांना दिसतात. माणसांच्या जीवनाची गुंतागुंत, फरफट, ओढाताण करतांना दिसते. जिकडेतिकडे समस्या, वाद, भांडणे, झगडे आढळून येतात. पण वेश्यांच्या वस्तीत काही मानवी आदर्श आढळून येतात. कवीने या सर्व वातावरणाचे आढावे घेत, मनाला थक्क करुन सोडणारे 'वेश्याओंकी बस्ती मे' या कवितेत प्रश्न उभे केले. ते मानवी चिंतन करायला भाग पाडते.

तब तक मेरा सीर दर्द बढ गया
चलते चलते मै
वेश्याओकी बस्तीमे आया
जहा वेश्या अपने गिऱ्हाईकको
बडे प्यार से पुछ रही थी
क्यो साब बहोत दिनोसे आए?
पिछले बार आपकी सेहत अच्छी थी
क्या आपकी बिबी बच्चे तो अच्छे है ना?
अगर हमारे रे भी बच्चे होते तो.....

समाजात भांडण तंटे दिसतात. एकमेकांना प्रेमाने विचारपूस करणारे कोणी दिसत नाही. प्रेमाचं तत्त्वज्ञान कुठे लोप पावलं? कवीच्या फेरफटक्यात माणसांचे वाद जीवनाला

फसवत असतांना आढळून आले. स्वार्थात पडलेली माणसं खुजी बुटकी झालेलीच दिसून येतात. चिखलात फसावी तशी ती फसतात. पण देह विक्रय करणाऱ्या वस्तीत प्रेमाचे धागेदोरे घट्ट झालेले दिसून येतात. हे धागे मानवतेचे. ते कुठेही असले तरी जीवनाला उभारी देतात. जीवन संदेश देतात. वेश्या आपल्या गिऱ्हाईकाच्या तब्येतीची प्रेमाने विचारपूस करते. आपले मुलंबाळं कसे आहेत म्हणून विचारते. आम्हालाही मुलं असते तर हा प्रतिप्रश्न करीत असतांना तिच्या डोळ्यात असावं उभे होतात. माथी आलेल्या एका वेगळ्या जिंदगीचे क्षेत्र ती भोगत असली तरी सामाजिक अंतःकरण जिवंत ठेवून ती जगते. ही माणसं प्रेमाचा ओलावा जोपासतात परंतु असा ओलावा समाजात आढळून येत नाही. प्रेमाचं तत्त्वज्ञान हे मानवतेचं तत्वज्ञान आहे ते वेश्यांच्या वस्तीतही आढळून येते. परंतु समाजव्यवस्था मात्र प्रेमाच्या तत्त्वज्ञानापासून दूर जात आहे. भगवान बुध्दाच्या तत्त्वज्ञानात प्रेम, अहिंसा ही तत्त्वे प्रमुख आहेत. तपस्येतून सावध होतांना सुजानाने दिलेली खीर भगवान गौतम बुध्दाने प्राशन केली होती. प्रेम ही मानवतेचं अंग असलेली भावना होय. कवीने प्रेमभावना जोपासणारी माणसं किती माणूसकीची असतात हे दाखवून दिले. एका आगळ्या जगात नेऊन कवीने प्रेमाचे पदर खेचून धरले. यावरुन काही माणसं न्याहळतांना भेदभाव करीत नाही. कवीच्या कवीमनातला हा बेधडकपणा साहित्याला बांध घालीत नाही असे दिसून येते. 'सन्मान का चुनाव' ही कविता देखील तृतीयपंथीयांचे जीवनावर आधारीत आहे. निवडणूक लढवून तृतीयपंथी निवडून आल्याची घटना आपल्या देशात घडून आली. वेश्येच्या वस्तीत पोटासाठी भाकर मिळण्याइतपत कमाई होते परंतु राजकारण भ्रष्टाचाराने बरबटलेले असून कसे कलंकीत झाले याचे वर्णन कवीने या कवितेत उभे केले.

छक्का हैरान पी.ए. परेशान
ऐसी राजनितीसे देश कैसा चलता है ?
वेश्याओंकी बस्तीमे भी
नियम कानून होता है
हम दस रुपये से जादा
भीक नही माँगते

और यहा तो देश की तिजोरी को

खुले आम लुटते

वेश्येच्या वस्तीतून निवडून आलेला छक्का देशाची तिजोरी लुटत असलेले पाहून थक्क झाला. कवी राष्ट्रीय भावनेने सामाजिक जागरुक वाटतो.

'बंदर' ही कविता अशीच माणसाची दुनिया शोधणारी. डार्वीनच्या सिध्दांतानुसार बंदरामध्ये उत्क्रांती होवून बंदराचे माणसात रुपांतर झाले. माणसाची दुनिया तयार झाली. माणसाच्या या वस्तीत एक बंद आले. कवीने या बंदरास मार्मिक प्रश्न केले.

बंदाराने कवीस विचारले, 'मला माणसं कुठे मिळतील?' कवीने सांगीतले, 'हे पूर्ण शहरच माणसाने भरलेले आहे.' माणसाचे शेपूट झडलेले पाहून बंदर ला वाटले, माणसाचा विकास झाला हे पाहूनच आम्ही इथे आलो. बंदराने प्रगतीचा अर्थ विचारला? त्यावर कवी म्हणतो, इथे माणूस माणसाचा खून पितो, इथे माणूस मुलांना जिवंत जाळतो. इथे पोटात भृणहत्या होते, इथे माणूस स्त्रीला गुलाम बनवितो, इथे माणूस माणसाला विकतो, इथे पिकांपेक्षा पैस्यांचे उत्पादन जास्त आहे. खूप विकास झाला परंतु माणूस इन्सास झाला नाही.

बहोत तरक्की हो गयी जमानेकी

लेकीन आदमी इन्सान नही हो रहा है

हे सर्व एकून बंदर घाबरले आणि पोटाजवळील पिलाला सांभाळीत म्हणाले,

यहा आदमी होना तो बहोत बुरी बात लगती है

हम जंगल मे भी कभी किसीका

स्वातंत्र्य नही छिनते

माणसापेक्षा बंदरं बरी की जे कुणाच्याही स्वातंत्र्यावर घाला घालीत नाही. बंदराने खुशीत येवून पूढे सांगीतले,

लगता है दुनिया से आदमी

नष्ट होने का ये सबूत है

और फिर इस धरती पर

हमारा राज आनेका शकुन है

माणसं जिवंत असून माणूसपण हरवत आहेत. त्याचा चेहरा लोप पावत आहे. त्यापेक्षा जंगलातील वानरं बरी. ही कविता माणसाच्या जगण्याचे, त्यांच्या वागण्याचे अंतरंग उलगडून त्याची अमानवी व्यवस्था नंगी करते. अत्यंत मार्मिक अशी 'बंदरे' कविता माणसाला माणूसपणाची जागा दाखविते. 'बिरसा धरम' ही कविता सुध्दा मानवी तत्त्वज्ञानाचे गुण गात आदिम जंगलातील व्यवस्था किती चांगली होती याचे गुणगाण करते. कवी माणसाच्या माणूसपणासाठी झुरतो. माणूस आदर्शतत्त्ववेत्ता होवून पुढे यावा याची सामाजिक चिंता कवी करतो. माणसाच्या जगाच्या अंतरंगात मानवी उजेड घेवून तो न्याहाळतो.

डॉ. संजय लोहकरेंच्या कविता माणसाशी स्पष्टपणे बोलतात. बेधडक वृत्तीने हमला करण्याची तिची पध्दत आगळी वेगळी आहे. कविता माणसांच्या युध्दाच्या मैदानात उतरण्यासारख्या वाटतात. तोफेंचा वर्षाव करण्याची तिची सवय आहे. निसर्ग हा तिचा साज आहे. जंगलातला माणूस ती जोपासते. अमानवी व्यवस्थेवर ती प्रचंड तुटून पडते. युध्दखोर असल्यामुळे लढाईतले अलंकार ती धारण करते. साध्या सोप्या शब्दात पेरणी कवितेत असली तरी सहजता हा गुण घेवून जन्माला आल्यामुळे लोहकरेंच्या कविता हृदयातून बाहेर आल्या आहेत. घाम गाळून जीवन जगणारी कष्टकरी माणसं कवितेचे नायक होवून पुढे येतात. त्यांच्याच पायवाटा शोधत ती वणवण फिरते. आदिवासींचा लिलाव करणारे हे कोण? असा सवाल करीत जंगलात गडप झालेल्या उघड्या नागड्या माणसांचे स्वातंत्र्य कवी शोधतो. आपल्या उघड्या माणसा बरोबर इतरही मानवतेच्या जागी कवी पोहचतो. त्यामुळे या कवितासंग्रहास बंदीस्त करता येत नाही. खुमासदार अचूक हिंदी राष्ट्रभाषेतील कविता मेंदूला झिनझिन्या आणून चिंतामग्न करतात.

डॉ. संजय लोहकरेंची कविता कल्ला करणारी आहे. त्यामुळे तिच्या गळ्यातला सूर मुक्त छंदातील झाला. युध्दाच्या मैदानात ती कशी गाणार? तिच्यात बोलघेवेडपणा नाही किंवा उरबडवेपणा नाही. तिचा आक्रोश विद्रोहाने न्हावून निघतो. ती धुराबंधाऱ्यावर तर कधी शेताच्या मध्य भागावर, तर कधी माणसांच्या गर्दीत तर कधी राजकारण, समाजकारणाच्या सारीपटावर उभी राहून डोकावते. तिच्यात न्याय मागणीचा हट्ट आहे. मानवता, स्वातंत्र्य, समानता, बंधुत्वासाठी तिचा सारा प्रपंच आहे. अंधारात चाचपडत असलेली माणसं

उजेडाकडे घेवून जाण्याची तिची उमेद आणि जिद्द आहे आणि म्हणूनच लोहकरेंची कविता वाचनीय झाली आहे.

'आदिवासींच्या लिलावाचा प्रजासत्ताक देश' अत्यंत मार्मिक टायटल असेलेला हा कवितासंग्रह प्रजासत्ताक देशात आदिवासींचा लिलाव कसा? हा जहाल प्रश्न या देशाच्या स्वातंत्र्याला पहिल्यांदाच विचारतो. सामाजिक समतेच्या विचारधारेवर माणसं उभी झाली नाही तर शोषित माणसांना स्वातंत्र्याचे श्वास कसे घेता येतील? समाजचिंतनाबरोबर राष्ट्रचिंतन करायला लावणारा हा कवितासंग्रह असून वाचकांच्या पसंतीस निश्चीतच पडेल.

डॉ. संजय लोहकरे यांना माझ्या हार्दिक शुभेच्छा!

बाबाराव मडावी
आकांतकार, यवतमाळ
मो. ९३७३४९१३६३

अनुक्रमणिका

१) इथली माणसं फक्त माणसासाठीच जगतात ४५
२) बाप ४६
३) कडबा ४७
४) उलगुलान ४८
५) साळ ४९
६) लोकतंत्र ५०
७) माणसं पेटत का नाहीत? ५१
८) भिमा कोल्ह्या ५३
९) सेझ ५४
१०) किचडवध ५५
११) काळा पैसा पांढरी सत्ता ५७
१२) शाळा ५९
१३) उंबाऱ्या ६०
१४) गारूडी ६२
१५) आदिवासींच्या लिलावाचा प्रजासत्ताक देश ६३
१६) माणसे माझीच होती ६६
१७) वसान ६७
१८) बिरसा धरम ६८
१९) दो गधे ७०
२०) गावाकडची माणसं ७१
२१) आता कुत्रही विचारत नाही ७२
२२) बंदर ७३
२३) ऑक्टोबर हीट ७५
२४) सन्मान का चुनाव ७७
२५) ज्ञानुबा अन् इठुबा ७८
२६) वांझोटी ८१
२७) चंदा ८३
२८) समीक्षा ८५
२९) हम किस पर गर्व करे? ८७
३०) वेश्याओंकी बस्ती में ८८
३१) सभा ९०
३२) वळवळ मळमळ फळफळ आणि पोटभरू चळवळ ९२
३३) चळवळ १००
३४) मायच्या आंगभर गोंदलेलं सुविचार १०२
३५) जंगलाचे राजे १०४
३६) आवण १०५

इथली माणसं फक्त माणसासाठीच जगतात

रानावनाच्या नदीनाल्यांच्या संगतीनं न्हातात
पशु–पक्षी डोंगरदऱ्यांना देव बीव मानतात
पोटासाठी पाण्यासाठी दाहीदिशा भटकतात
मिळेल तो रानमेवा वाटून तिटून खातात
जगतात जगवितात फुलतात फुलवितात
माणसांना अन् प्राण्यांना माणुसपण दावतात
इथली माणसं फक्त माणसासाठीच जगतात

सकाळी घरावर कावळा ओरडतो
चुल बुरबुरते पाव्हणा येतो
हातात हात घेऊन इचारपूरस करतात
इथली माणसं फक्त माणसासाठीच जगतात

आई आजी पोरासोरांचा मायेनं मुका घेतात
सून सासूच्या सासू जावयाच्या पाया बिया पडतात
रानमेव्या बरुबर सुख दुःख वाटतात
इथली माणसं फक्त माणसासाठीच जगतात

मरण धरण सण वाराला समदी एक व्हतात
शेताच्या कामाला इरजूक पडकई करतात
अन् गरीबा हरीबाला लाहे देतात
इथली माणसं फक्त माणसासाठीच जगतात

२. बाप

बाप माझा कष्टकरी
त्याचा डिरेस लई भारी
एक कामात कामाचा
अन् बाजारा घामाचा
मह्या आजोबानं त्याला
दिलं दान गरीबीचं
मला शिकवली साळा
अन् केलं परक्याचं
माझ्या आतला माणूस
झऱ्यासारखा आटला
माणसाच्यासाठी बाप
उभं आयुष्य पेटला

◆◆

३. कडबा

कणसं शेंगा लोंब्या तुरं कापून
भात मळून झोडून कडबा पेंढा शिल्लक ऱ्हातो
गुरा ढोरांचे पोट भागविणारा
उरलेला उकीरड्याचं पोषक खत करणारा
तसं इथल्या माणसांचं जल जंगल जमीन
श्रम शक्ती बुध्दी संस्कृती अन् संपत्तीचं
शोषण करुन त्यांच्या हाडाकाडांचा
कडबा तेवढा शाबूत ठेवलाय
इथल्या व्यवस्थेने, लोकशाहीने अन् मानवतेने
नक्षलवाद, कारखानदारी, धरणग्रस्त अन्
प्रकल्पग्रस्ताच्या नावाखाली
त्यांचं कधीही पोषक खत करता येईल
राज्य करण्यासाठी, सत्ता पिकविण्यासाठी
अन् मग फेकता येईल पाच वर्षे उकीरड्यावर
पुढच्या निवडणुकीपर्यंत कुजण्यासाठी
त्याच पोषक खतावर उगवलेलं
सवलतींचं पीक
आटोपशीरपणे गोळा करुन
कायमचा कुजवता येईल इथला आदिम मानवतावाद

४. उलगुलान

क्रांतीचा नांगर हाकणारी
आणि स्वातंत्र्याचं पीक घेणारी
आदिवासींचा लिलाव थांबविणारी
लोकप्रतिनिधींची गुलामगीरी झिडकारणारी
लक्षलवाद्यांच्या गोळीबारातून
आदिवासींना वाचविणारी
वनवासी करणाऱ्यांना मातीत गाडणारी
जल जंगल जमिनीचं रक्षण करणारी
योजनांच्या पिकावर पोसणाऱ्या
सरकारी यंत्रणेला
काळ्या पाण्यावर पाठविणारी
आणि आदिवासींना नैसर्गीक स्वातंत्र्य देणारी
लोकशाही
बिरसा, तुझ्याच क्रांतीने येईल रे
फक्त तुला इथली माती आणि माणसं
पेटवावी लागतील उलगुलान करुन

◆◆

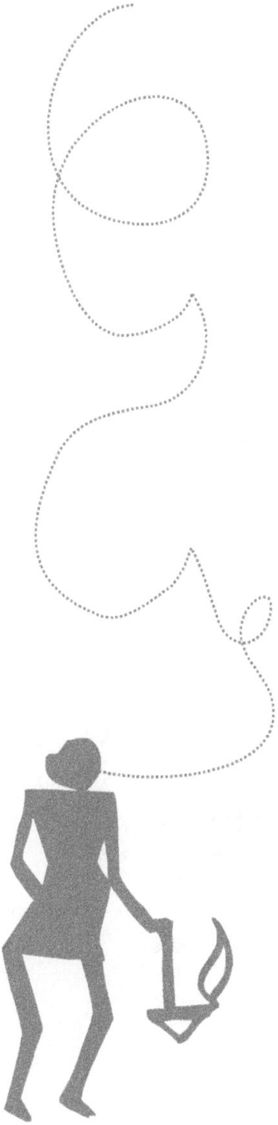

५. साळ

पोटऱ्यात आलेली साळ
निंदताना मायचं प्वाट
साळीसारखं भरलेलं पहून
दोघींची नजरा नजर व्हते
अन् मायच्या व्हटावं
हासू फुटते
पण आभाळाकडं पहून
मायचं मन कचारतं
कारण मायची कूस उजवल
पण नियमेश्वरानं
नियत बदलली तर?
पोटऱ्यातली लोंबी
पोटऱ्यात कुस्करल
भृणहत्येसारखी
थोडा येळ
मायचं डोळं पाणावलं
आपल्याच कुशीत
आपल्याच बाळाची
भृणहत्या झाल्यासारखी वाटून
अन् मायच्या घामानं
पोसला जाईल वांझ पेंढा
विज्ञान युगात
वांझपणा वाढावा तसा

◆◆

६. लोकतंत्र

लोकतंत्र म्हणजे
देश लुटण्याचं षड्यंत्र आहे
माणसानं माणसावर गुलामगिरी लादून
माणसातील खोल दरी खोदणं आहे

◆◆

५० / आदिवासींच्या लिलावाचा प्रजासत्ताक देश

७. माणसं पेटत का नाहीत?

एक वर्ष साडेचार महिने
इंग्रजांवर राज्य करणारा राघोजी
१८५७ च्या उठावाची तयारी करणारा
तंट्या भील, खाज्या नाईक, भागोजी नाईक
बुध्द विचाराची क्रांती
स्वातंत्र्यासाठी पेटविणारा बिरसा
केवढे हे महान योध्दे!
केवढी ही राष्ट्रभक्ती!
तुम्ही त्यांच्यात रक्ताची नाळ जोडून
अवतरलात स्वातंत्र्यात
आणि अडकलात लोकशाहीच्या बेड्यांत
मजूर म्हणून विकला जाता
शहरा शहरांच्या चौकात
आणि प्रतिष्ठीतांच्या हरामखोर डोळ्यांची
करमणूक करता भर रस्त्यात
नृत्य आणि संगीताच्या तालावर
विसरता स्वत:ला
वंदन करुन धरतुरीला
करता थयथयाट तिच्या मस्तकावर
गुलाम झालात घटनेचे
आणि प्रतिनिधींच्या गुलामगिरीचे
अस्मिता हरविताना अस्तित्त्वच हरवून
बसलात
आणि सवलतींच्या बेचकीत
पाचर बनून आडकलात
आरे, हे सगळं जगताना

माणसं पेटत का नाहीत ?
पेटण्यासाठी आतुनच असावी लागते
नैसर्गिक ऊर्जा
स्वाभिमान, अस्मिता आणि माणसाचं स्वातंत्र्य
रुतून बसावं लागतं कवटीत
कष्टावरची निष्ठा आणि
सांस्कृतिक अनुवंश
खेळावा लागतो धमण्यांतून
म्हणजे लाचारी आणि गुलामगीरीची
ओळख होत नाही मेंदुला
माणसं लिलावात विकली जातात
माणसं माणसातून फेकली जातात
संस्कृतीची नाळ तोडतात
गुलामीच्या बेड्यांत आडकतात
माणसं स्वतंत्र असताना सुध्दा
गुलामीत जगतात
आरे, माणसं पेटत का नाहीत ?
जल जंगल जमीन गमावतात
पाणी गवशीत कड्या कपारीत डोकावतात
आठवडी बाजारी लुटली जातात
फुटतात तुटतात पुन्हा उभी ऱ्हातात
पण, माणसं पेटत का नाहीत ?
त्यांचा इतिहास गाडला जातो
वर्तमानात नाडला जातो
योजनांचे गाजर दाखवून
आखा आदिवासी छेडला जातो
तरी, माणसं पेटत का नाहीत ?

◆◆

८. भिमा कोल्ह्या

मारुतीच्या देवळाला वळसा घालून
वात लावणारा भीमा कोल्ह्या
जलमभर आठवार रयला
मारुतीचा व्हऊन
आपलं देऊळ व्हणार नय
हे माहित असून सुदीक
एकनिष्ठेच्या नशेत जगला
रामाचं नावही न घेता
लगीन झालं नाय तर
रामभक्त व्हावं लागतं
एवढ्याच ऐकलेल्या गोष्टीवर
त्यानं विश्वास ठेवला

◆◆

आदिवासींच्या लिलावाचा प्रजासत्ताक देश / ५३

९. सेझ

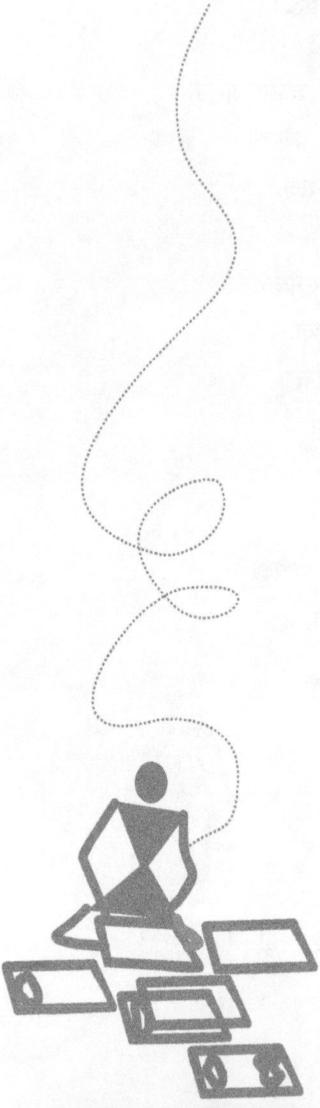

भविष्य घडविणाऱ्या शाळा
मुलांच्या भविष्याशी खेळून
शिक्षणाचा बाजार मांडतात
मुलांनाच ग्राहक बनवून
डोनेशन ॲडमिशन फीच्या रुपाने
संस्थांचा दर्जा ठरतो
देशाच्या खडबडीत तिजोरीत
शिक्षणकर गोळा होतो
शिक्षणाचा हक्क नावापुरताच
कर्तव्य सारे भ्रष्ट आहे
शिक्षण असो की समाजकारण
राजनीतीला इष्ट आहे
वस्ती शाळा/सेतू शाळा/हमी शाळा/ साखर शाळा
डोंगरातल्या मुलांना शाळाच शाळा
शिक्षणाच्या हक्काचा बाजार काळा
यातून उघडेल का तिसरा डोळा?
आमचा डोळा उघडो ना उघडो
तुमच्या डोळ्यात तेज आहे
या देशातील शिक्षणात
अर्थपिपासू सेझ आहे

♦♦

५४ / आदिवासींच्या लिलावाचा प्रजासत्ताक देश

१०. किचडवध

खबऱ्या डबऱ्याला किचडवधाची सुपारी देऊन
मी शांतपणे लाकडं फोडतो उघड्या अंगाने
मसणवाट्यात
बाजार हाटाला जाणारी माणसं
पाऊल थबकत शंका घेतात
गावातील दहाबारा थेरड्यांवर
खबऱ्या डबऱ्या दहाबारा पोरं
आणि लाचार कुत्री
किचड वधाच्या पाळतीवर ठेवतात
लबाड कोल्ह्यांना
जे कोल्हेकुई करुन
सावध करु शकतात धन्याला
लाकडं फोडताना स्वाभिमानी बकरीने
बोकडा सोबत
केली माझी विचारपूस
प्रेताची विल्हेवाट लावायला
काही लांडग्यांची आवश्यकता आहे का?
मी म्हणालो, खबऱ्या डबऱ्याला
इतक्या वर्षांची सवय गुलामीची
कदाचित तेच विल्हेवाट लावतील प्रेताची
बकऱ्या बकरीने संशयाने
एकदा माझ्याकडं अन् सरणाकडं बघून
कुणाच्या प्रेताची ही सराणभूमी?

आदिवासींच्या लिलावाचा प्रजासत्ताक देश

अन्याय आणि जुलूम करणारा
सर्वहारांना देशोधडी पाठविणारा
आया बहिणींची अब्रु लुटणारा
गोरगरीबांच्या सवलतीवर सत्ता उभी करणारा
कुडाच्या घरातली चूल विझविणारा
सुडाचं रक्त माणसांना पाजणारा
पाणी टाकून दुधाचं लोणी बनविणारा
माणसं मारुन डाळींबाला पाणी घालणारा
नरकातलं राज्य पृथ्वीवर आणणारा
आदिमांची अस्मिता नष्ट करणारा
उरल्या सुरल्या मजुरांना
'देसात' पठविणाऱ्या
किचडवधाची ही सराणभूमी.
बकऱ्या बकरीनं शंका घेत मलाच विचारलं
तुला कोणी स्वाभिमानी क्रांतिवीर
नाही दिसला का ?
क्रांतीचा झेंडा फडकविणारा.
मी सहज म्हणालो
सापानं सापाचा काटा काढाया
खबऱ्या डबऱ्याच वापरुया
उगाच कशाला स्वाभिमानी माणसावर
सडलेलं काळं रगात उडवायचं
त्यांना सवय झालीय काळ्या रगताची
अन् काळ्या कृत्याची

◆◆

५६ / आदिवासींच्या लिलावाचा प्रजासत्ताक देश

११. काळा पैसा पांढरी सत्ता

काळा पैसा राजकारणात पांढरा करुन
पांढऱ्या (कष्टाच्या) पैशांवर जगणाऱ्या कष्टकऱ्यांवर
गुलामीचे राज्य लादता येते लोकशाहीत
गुलामी अन् लाचारीची बिस्किटे फेकून
कष्टकऱ्यांना गुलाम आणि कार्यकर्त्यांना लाचारीची चटक लावता येते
सर्व सुखांत लोळून झाल्यावर
समाजसेवेचा ढोंगी मतलबी बुरखा पांघरुन
राजकारणात येणारे लबाड कोल्हे
अधिकाराच्या बळावर सर्वहारांच्या मुंड्या मुरगाळणारे
देशाची तिजोरी लुटण्यासाठी
टपून बसतात राजकारणाच्या उकीरड्यात
भूलथापा, गुंडगिरी, दादागिरी अन् मगरुरी
हीच त्यांची असते राजकारणातील दावेदारी
हे सत्ता भोगतील देशाला लुटतील
पद प्रतिष्ठा प्रसिध्दीच्या नावाने
सत्कार सोहळे होतील
पण हा माज उतरेल एक दिवस
तेव्हा तुमच्या पुतळ्यावरही
उल्टी तंग्डी करणार नाहीत कुत्री
माणुसच काय पण

आख्यी सजीव सृष्टीच धिक्कार करील तुमचा
तुमच्या ढोंगीपणाचा, सत्तेचा अन् देशलुटीचाही
आता समस्त रानच पेटवावे लागेल
म्हणजे तुमच्या लबाडी आणि ढोंगीपणाची
पाळेमुळेच उखडून टाकता येतील मुळापासून
ही कविता फक्त कविता नाही
माणसं सोलणारी, रक्तबंबाळ करणारी
आत्मभान देणारी, अस्मिता जागविणारी
आमच्यावर चाळीस वर्षे थापलेल्या
लाचारी आणि गुलामीच्या लेपांना
वरबाडून काढणारी
परिवर्तनाची नखी आहे
हीच वापरावी लागेल
व्यवस्था परविर्तनाचे हत्यार म्हणून

◆◆

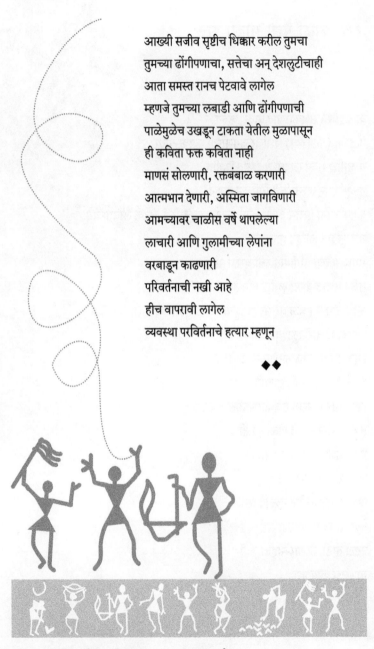

१२. शाळा

शाळा प्रार्थना शिक्षण
खेळ संस्कार शिस्त
लेखी तोंडी प्रात्यक्षिक
ही शाळा आता बंद झाली
नवी पध्दत रुजू लागली
खिचडीचा पाहूणचार
अन् पाहुण्यांचा सत्कार
शाळेत आता रोज होतो
शाळा बांधकाम अन् खिचडीचा
गुरुजींकडेच ठेका असतो
समाज बांधणीतला अभियंता
शाळा इमारत बांधू लागला
खिचडी अन् बांधकामाच्या
अनुदानाला चटाकला
मुलं सारी गवंडी
विटांवर विटा रचतात
नि त्यांच्याच पायाखालची वाळू सरकरते
शाळा आता सुंदर झाली
शिक्षणाला लाजवू लागली
धावत शाळेत येणारी मुले
रानोमाळ भटकू लागली

◆◆

१३.उंबाऱ्या

वळचणीच्या सावल्या पुढं निंगाल्या
का बा जॉरात हाका मारायचा
का रं, तुह्या सूर पारंब्या संपल्या नहीत का अजून?
शेळ्यांची प्वाटा खपाटीला गेली ना?
अन् सकाळपासून मह्या प्वाटात पडलेली आग
मी ख्याळात इसरुन जाचो
बकऱ्या घेऊन पार उंबाऱ्याच्या
वरच्या आडवात जाऊन
तिकडंच उंबरा-करवांदा खाचो
बकरेली हिरया पाल्यावं नादवून
साबरीत गडदीत आंब्याच्या शेंड्यावं
मोहाळा हेरीत हिंडायचो
सापाडलातं कोपराला रेळ जाईस्तवर वरपायचो
तहान लागली का भुडकीवं पाणी प्याचो
पण पाण्यात पकी घाण, तव्हा
खडकावं तग धरुन, ऊन वारा पिऊन
ठम्यायसारखी थपकल मारुन बसलेल्या
हिरव्यागार साबरीचा चीक
पाण्यात टाकून पाणी निताळ करायचो
जसं आमच्या आजीनं
गोष्टी अन् कष्टाची गाणी सांगून
आम्हाली निताळ केला

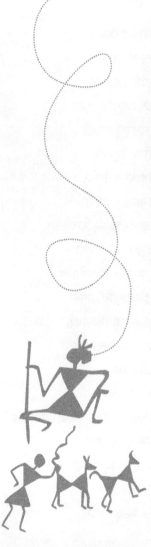

उंबाऱ्याचं वसवं दऱ्यातल्या आंब्यावरुन
पुढं गेलं का बकरेली आवाज द्या चो
जसा ख्याळाचा तास संपल्यावर
मास्तर प्वाराली आवाज द्यातात
हाताता उंबराचा पाला, याखांदी हिरई येल धरुन
पुढं निंगालो का
बकऱ्या आपसूक मांगून चालायच्च्या
जोगावल्यावर प्वाट हालवित
अन् मह्या चेहऱ्यावं समाधान काढीत
हीच मही साळा मला
कष्टाची, समाधानाची शिकवण देत रयली
मी शिकत गेलो
झाडांच्या प्राकृतिक गुणधर्मानं
अन् रानातली साळा सोडून
अक्षरांच्या साळात आल्यावं
घडत गेलो कृत्रिम मानवी आवजारावानी

◆◆

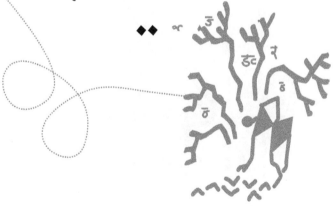

१४. गारुडी

नेत्यास मी माझी आता सारी मते मागतो
सांग तू माझ्यामुळे किती सत्ता भोगतो
भोगले जे भोग त्याचा त्याग कर तू एकदा
नाहीतर माझ्या मताने पत्ता तुझा कापतो
अंधार झोपडींच्या वाती तेलाविना काळोखल्या
सत्तेचा तो मुर्दाड डाव पुन्हा पुन्हा का खेळतो?
खेळला तू खेळ जैसा गारुडी खेळावतो
डोलणारा साप तुझ्यावरच उलटा फणा का काढतो?

❖❖

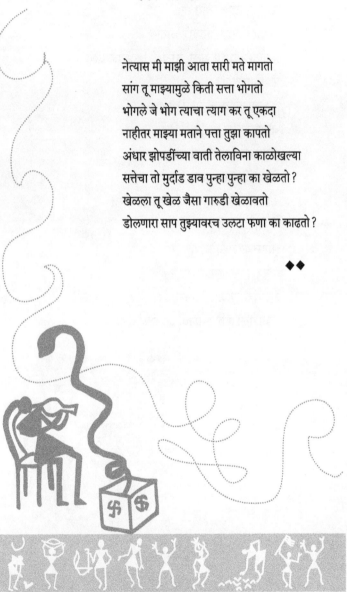

१५. आदिवासींच्या लिलावाचा प्रजासत्ताक देश

प्रजासत्ताक दिनाला च बा नं
मायलान मला देसात नेला
मी आसन पंधरा सोळा वर्षाचा
मायचं प्वाट खपाटीला
अन् बा झिंगून झिंगून खंगलेला

मी म्हणलं आरे बा, आज त प्रजासत्ताक दिन
बेल्ह्याचा बाजार सुदीक बंद आसन
तव्हा बा नं गावदेवाला हात जोडलं
अन् तोंडातल्या तोंडात पुटपुटला
बेल्ह्याचा बाजार बंद असला त आसुंदे
पण नाराणगावचा माणसांचा बाजार मातर
तेजीत चालुंदे
मी म्हणलं आरं बा झेंडावंदन झाल्यावं जाऊ
पण बा नं आम्हाली पहाटीच तंगाडला

नाराणगावच्या स्टँडवर मायच्या प्वाटात भूक
मह्या घशाला कोरड
अन् बा गिऱ्हाईक पहेत व्हता
रुबाबदार टोपीतला ठेकेदार
खिशात हात घालून
जनावरं न्याहाळावीत दावणीची
तशी माणसं न्याहाळू लागला

आदिवासींच्या लिलावाचा प्रजासत्ताक देश / ६३

मी म्हणलं काम करुन घाम गाळू
म्हंजी घामाचा पैसा मिळल
मायचं प्वाट भरल, गंगीचा कुठंतरी उजवल
अन् बा ही जरा मज्यात झिंगल
पण दिवसभर आम्हाली कोणीच नही हाटाकला

रात व्हया लागली तशी गिऱ्हायका वाढली
अन् आमच्या भोती पांढरी फटूक
इवाईना फिरु लागली
मह्या डोळ्यात आग अन् मायच्या प्वाटात भीती
तसा ठेकेदारानं आमचा लिलाव सुरु केला

लिलाव झाला शेतावर नेला
रह्याला मोडकी झोपडी
अन् उपाशी पोटी मायच्यान मह्या
प्वाटात भरली हुडहुडी
बाप व्हता झिंगलेला म्हणून कसा बसा वाचला

दोन मयनं श्यातात मायबाप पकी राबली
अन् जमिनदाराची टामटा वझ्याना वाकली
मह्या हाताचं घट्टं पहून
बाप याकदा कळवळला

६४ / आदिवासीच्या लिलावाचा प्रजासत्ताक देश

काम झाला हाकलून दिला
हिशोब नही केला
अन् खाण्यावारी आम्हाली
जनावरासाखा राबावला
जीव वाचवीत माय बापानं
गावचा रस्ता धरला

आता मला प्रजासत्ताक दिनाचा
खरा अर्थ कळला
या देशात विकली जातात
भूकेली माणसं खाटकाला

◆◆

१६. माणसे माझीच होती

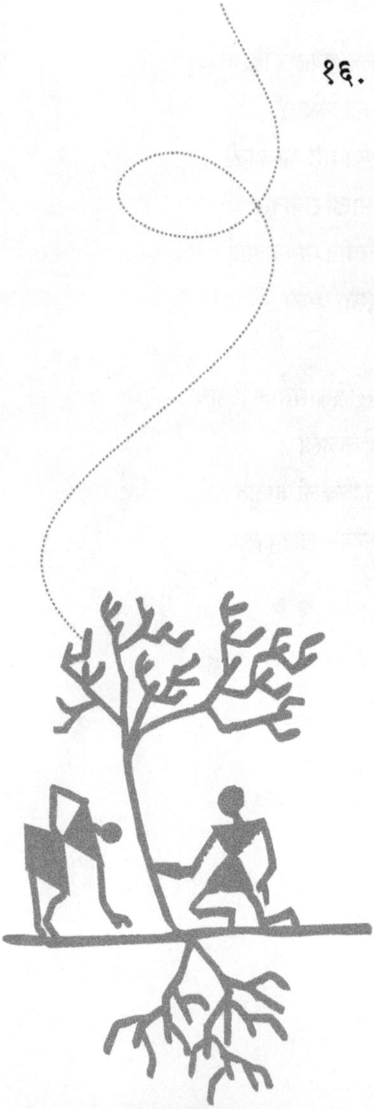

कालची ती माणसे माझीच होती
रापलेली माणसे माझीच होती
माखलेली माणसे माझीच होती
लिलावाला उभी चौकात होती
कष्टाची देवता शोधीत होती
भुकेल्या पोटाला पाळून होती
घाम अंगामध्ये जिरवीत होती
ठेकेदाराच्या ती शोधात होती
रातच्याला कुडी झाकीत होती
लेकराला माय पाजीत होती
माणसांची भुते फिरती सभोती
जवानीला ठकी लपवीत होती
मातीला कशी बिलगुन होती
घामाने माती भिजवीत होती
आयुष्य उभे मळवीत होती
दलालाच्या बागा फुलवीत होती

♦♦

१७. वसान

हिवतानं नांगरलेल्या जमिनीतून
कोंब फूटलेली पांढरी हारळ
हिरवी होन्या आधीच
कोमेजून जातात
आन् मिरगाच्या पयल्या पावसानं
ढेकळाचं चढीकपण पार वसरुन
मेलेली हारळ
पुन्हा डोकं वर काढते तव्हा
कुळवाच्या फाळाला चेव येतो
हारळीची कत्तल करीत
भूसभूसीत वावर व्हताना
कत्तल करणाऱ्या कुळवाला
वसान जड व्हतं
पदरकरीन लेक
बापाला जड व्हावी तशी

❖❖

१८. बिरसा धरम

बिरसा तेरे नाम का क्रांति से
और ऑखोंका शांती से संबंध देखकर
बुध्द और मार्क्स की एक ही मूर्ति
तुम्हारे अंदर समा होती है
बुध्द और तुम्हारे जीवन मे
हजारो बरसोंका अंतर होते हुए भी
तुम्हारा संबंध बुध्द के मानवतावादी
मूल्योंसे जुडा है
और मार्क्स के क्रांति ने
भांडवलशाही को तोडा है
बिरसा तुम्हारा 'बिरसा धरम'
इस धरती का पहला धरम है
जो जगत धर्मव्यवस्था को
शुध्द धर्म शिकाता है
धर्म से पहले आदिम संस्कृति मे
आदिम धर्म का मूल्यारोपन हुआ
जिसके आधार पर
दुनिया के सभी धर्म खडे हुए, बडे हुए
लेकीन उनकी धर्मतत्त्वोंका आधार है
आदिम धर्म संस्कृती
वही है भगवान बिरसा की
बिरसा धरम प्रकृति

प्रकृति से समांतर आदिम धर्म
मानवतावाद बढाता है
मानव और जीवसृष्टी को
एकसाथ जुडाता है
उनकी प्रतिष्ठा और निष्ठा को
सलामत रखता है
बुध्द ने आदिम संस्कृति से
देखा था, अपनाया था
और बौध्द धर्म मे स्वीकारा था
डेमाक्रसी और आदिम धर्मतत्त्वोंका
आधार बनाया था
बुध्द धर्म को आदिमता से जोडा था

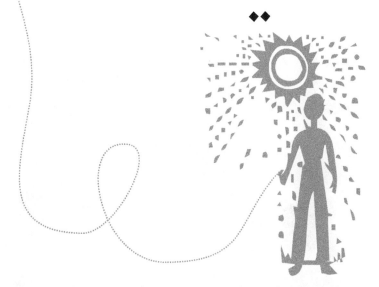

१९. दो गधे

एक गधे ने मंत्रीजी से कहा
तू संसद का गधा
और मै गली का
तू जनता पर बोझ डालता
और जनता मेरी ओर
मै गाँव का उकीरडा फुँकता
और तू देश की तिजोरी
क्यो भाई
हम दोनो भाई भाई होते ही
कितना बडा फर्क है
हम इधर बहोत प्रमाणिकता से काम करते है
और लोक तुम्हे गधा कहते है
कैसा ये जमाना आ गया है?
काम हम करते है
और नाम तुम्हारा हो रहा है

❖❖

२०. गावाकडची माणसं

गावाकडची येडी धडी माणसं
त्यांच्यात परंपरेने ठासून भरलेलं माणूसपण
जागतिकीकरणाच्या दारु गोळ्यानं
पार चिंधड्या चिंधड्या झालं
आता मला थोडंसं माणूसपण दिसलं तरी
मी कॅमेरॅत पकडलेल्या सीनसारखं
पकडून ठेवतो माझ्या मनाच्या
हजार जी.बी.कॅमेरॅत
काल मी गावाकडची माणसं
शेरणी वाटावी तशी
माणुसकी वाटताना पाहिली
देवीला तलम, पाठ जानी सोडणारी माणसं
देवीच्या नावानं माणसांचा बळी घेताना
अन् माणुसकीला भंगारात विकताना
देवीलाच गाव सोडण्याची पाळी आली
माणुसकी जपणाऱ्या साध्या भोळ्या माणसांचं
मन जपणारी देवी मागं पडली

◆◆

२१. आता कुत्रही विचारत नाही

समाजाच्या टाळूवरचं लोणी खाणारं कुत्र
आता निपचीत पडलं
पोटात मुंडी घालून
योजना, सवलती अन् घुसखोरीच्या नावानं
भांडवल उभं केलं सत्तेसाठी
सत्ता मिळवली सत्ता टिकवली
समाजाच्या डोळ्यात धूळ फेकून
कधी समाजाला देशोधडीला लावून
सत्ता नि संपत्तीने चारित्र्य गहान ठेवलं
हिजड्यांच्या नादात
स्वत:चच वस्त्रहरण झालं
अन् वंशजही त्यात सामील झाले

अनुवंशीक वृत्तीने
ठेकेदारी दादागिरी अन् मगरुरी
टिकली, टिकविली सत्तेच्या शहाणपणानं
छाताडावर नाचवली साध्या भोळ्या माणसांच्या
ती माणसं श्रध्देने
अन् कष्टावरच्या निष्ठेने जगत राहिली परंपरेने
स्वातंत्र्यानंतर त्यांना रडवलं
परिस्थितीने, दारिद्र्याने, लबाड नेतृत्वाने
तेच आता हसतील तुमच्या मुर्दाडपणाला
अन् लाचार राजकारणातील प्याद्याला
आम्हाला सवय आहे कष्टावर
निष्ठा ठेवून जगण्याची
पण तुमचं काय ?
तुम्हाला तर आता राजकारणातलं काय
गल्लीतलं कुत्रही विचारत न्हाय

◆◆

७२ / आदिवासींच्या लिलावाचा प्रजासत्ताक देश

२२. बंदर

एक दिन बंदर ने शहर आकर मुझे पुछाँ
यहा, आदमी कहा मिलेगा ?
तो मैने सीधे सीधे बताया
ये तो पुरा शहर ही आदमीयोंसे भरा हुआ है
बंदर ने चमकाकर मेरी ओर देखा और कहा
तो तुम्हारी पुँछ कहा है ?
मैने पुँछ झडने का कारण देते हुए बताया
बहोत तरक्की हो गयी जमानेकी
तो बंदर ने बडी खुशी से कहा
इस तरक्की के लिए तो हम
जंगल से यहा है आए
जरा तरक्की का मतलब तो बताए
तो मैने कहा
यहा आदमी, आदमी का खून पिता है
यहा आदमी, बच्चों को जिंदा जलाता है
यहा आदमी, कोक मे ही बच्ची का
गला दबाता है
यहा आदमी, औरत को गुलाम बनाता है
यहा आदमी, आदमी को बेचता है
यहा बुढा होकर मरने से जादा
भूख से लोग मरते है
यहा आनाज से जादा पैसों के बोरे उगाते है
बहोत तरक्की हो गयी जमानेकी

लेकीन आदमी इन्सान नही हो रहा है
बंदर ने घबराकर पहेले
पेट मे लपेटे हुए बच्चे को ध्यान से संभाला
और मेरी ओर देखकर कहा
यहा आदमी होना तो बहोत बुरी बात लगती है
हम जंगल मे भी कभी किसी का
स्वातंत्र्य नही छिनते
मेरा नाराज और दुखी चेहरा देखकर
बंदर ने बडी खुशी से कहा
लगता है दुनिया से आदमी
नष्ट होणे का ये सबूत है
और फिर इस धरती पर
हमारा राज आने का शकून है

◆◆

२३. ऑक्टोबर हीट

भादव्याच्या उन्हात गुरं ढोरं चारताना
अन् रानफुलांच्या संगतीनं
रानोमाळ हिंडताना
मकी, ज्वारीची कणसं
एकमेकांना वाकुल्या दावत
नाकतोडे अन् फुलपाखरं
ससे हरणांना खेळवत रानखेळ खेळतात
मकीची कणसं भरत फुगत
मोहळाच्या माश्या पंजत गुंजत
दाण्याची, गराची गोडी साखरागत करत
उडदाच्या शेंगा, चवळीच्या दाण्यांना
तडतडा फोडत
रान कसं लेकुरवाळीगत खुलू लागतं
नवरात्रीतल्या गरब्यासारखं नाचू लागतं
माणसं आशाळभूत नजरेणं कणसं हेरीत
अन् खळ्यावरल्या राशीचं सपान पहेत
हिंडू लागतात येड्या बयऱ्यागत

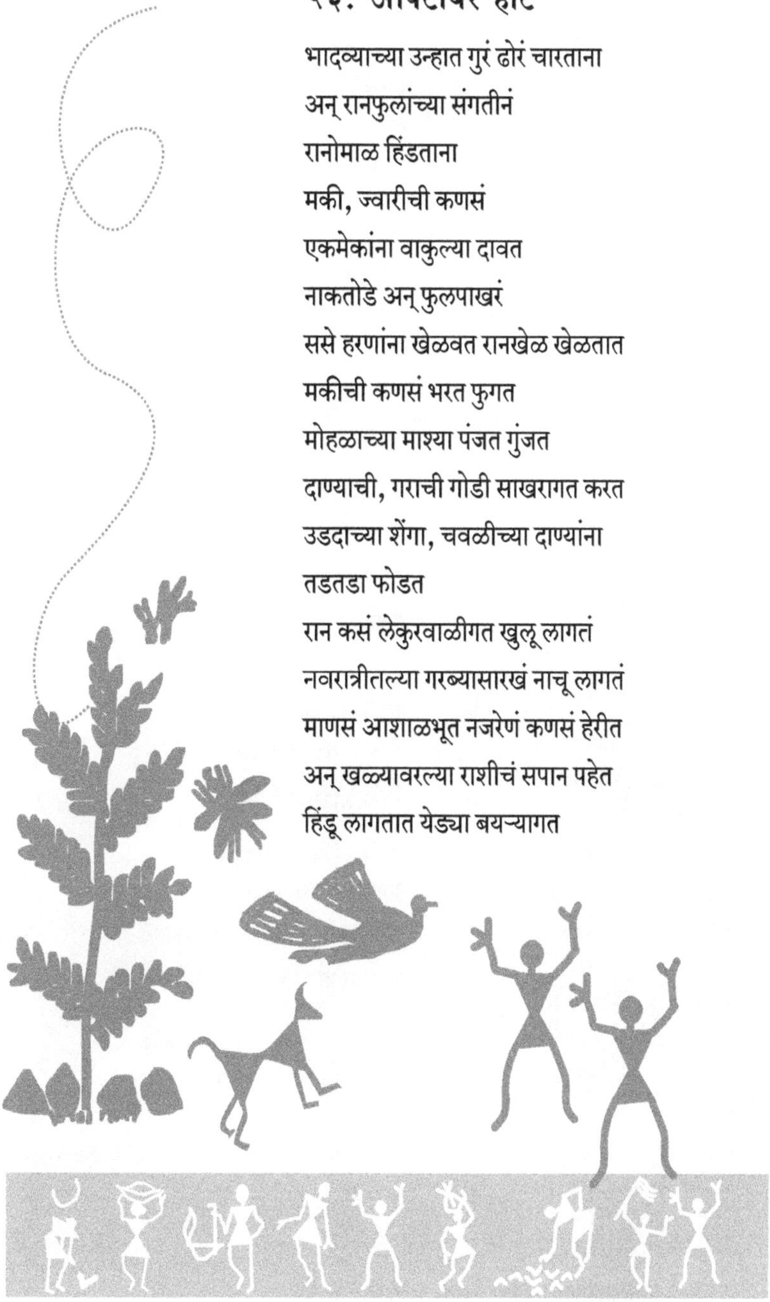

पोटातील भूक कणसं पहून
आपसूक कमी व्हते समजदार जनावरागत
ऑक्टोबर हीट हळूहळू निवत जाते
सकाळच्या दयवाराला भीत भीत
दिवाळीचं दिवं लावून
लक्षीमणाच्या गायी पुंजून
पोटासाठी पाठीवर बिऱ्हाडं घेऊन
देशोदेशी जाणारी माणसं
कणसं, कडबा, पेंढा पहून
मन भरुन नाचतात, गातात
धरतुरीला देव मानून पूजा करतात
मातीवर पाय घट्ट रोवण्यासाठी

◆◆

२४. सन्मान का चुनाव

एक छक्के ने
वेश्याओंकी बस्ती मे जाकर कहा
भारत मेरा देश है
लेकीन हम ही सीर्फ तुम्हारे
भाई और बहन है
तो वेश्याओने मिलकर कहा
बात तो तुम्हारी सही है
लेकीन हम करे क्या ?
इस देश ने हम दोनो को
सन्मान नही दिया
इसलिए हम सन्मान की बात करेंगे
और सबसे पहले
इस देश मे चुनाव लढेंगे
चुनाव की बात आते ही
दोनो मे झगडा हो गया
तो एक बुजुर्ग ने कहा
मत करो झगडा
पहेले उम्मीदवार तो चुनाओ तगडा
बहोत सल्लामसलत करके
छक्के को उम्मीदवार जाहीर किया

और वेश्याओने उनको सहमती दिया
चुनाव हुवा
छक्का चुनकर संसद गया
पहले ही अधिवेशन मे उनको अनुभव आया
ये संसद तो पुरा छक्कोंका है बनाया
यहा वेश्या और छक्कोंसे भी जादा
बेईज्जत लोक चुनते है
जो इस देश का लोकतंत्र चलाते है
छक्का हैरान, पी.ए. परेशान
ऐसी राजनीति से देश कैसा चलता है ?
वेश्याओंकी बस्तीमे भी
नियम कानून होता है
हम दस रुपये से जादा
भीक नही माँगते
और यहा तो देश की तिजोरी को
खुलेआम लुटते
कैसा ये चुनाव और
कैसा ये लोकतंत्र
छक्के और वेश्या भी
इस देश को देगे
इन्सानियत का जीवनमंत्र

◆◆

२५. ज्ञानुबा अन् इठुबा

आरं ए ऽऽ पंढरीच्या इठुबा
नि आळंदीच्या ज्ञानुबा
तुम्ही तं देव माणसा रं
माणसाला सुखी करण्याची ताकद
फक्त तुमच्यातच व्हती
मंग तुम्हाली ही जात, पात कंधी दिसली नही ?
हा गरीब आन् श्रीमंतीचा
अन् माणुसकीला काळीमा फासणारा
चातुर्वण्य व्यवस्थेचा
खालीवर काटा कंधी दिसला नही ?
का तुम्ही डोळं झाकून
नुस्तं स्वांग घेऊन बसलं व्हतं ?
आरं, तुम्ही तव्हा ठरावला आस्ता ना
त आख्यी मानवजात एक झाली आस्ती
रयला फरक सिरी आन् पुरुषाचा
तेन्ली एकमेकाशिवाय व्हतच नय
तव्हा तेन्ली बी जमवून घ्यावा लागला आस्ता
असा झाला आस्ता ना
त ह्या पिरथीवर जात, पात, नक्षलवाद
दहशतवाद नि धर्मवाद जलामलाच नस्ता
आरं, तुम्ही ह्या सगळा
उघड्या डोळ्यांनी पहेत आसून सुदीक

का बरं लक्ष दिला नही ?
तव्हा इठुबा आन् ज्ञानुबा
मला तरी वाटतं
हा तुमचाच कावा आसावा
कारण आख्खा माणूस एक झाला आस्ता ना
त तुम्हाली घुबडाली इचारतो कोण ?
म्हणून हा बाबासाहेब मला
तुमच्या दोघांपेक्षा लय मोठा वाटतो
कारण तो जगला फक्त समतेसाठी
देव, दानव आन् माणसासाठी

◆◆

२६. वांझोटी

आदिवासींचे
वनवासीकरण करणाऱ्यांच्या ओंजळीने
पाणी पिण्याऱ्यांनो, सावधान.....!
तुमच्च्या स्वार्थाचा अन् प्रसिध्दीचा
घडा आता भरला आहे
लवकर भरलं की लवकर ऊत जातं
हा निसर्ग नियम
तुम्हाला कदाचित माहित नसावा
'उतू नही मातू नही, घेतला वसा टाकू नही'
हे आडाणी माणसाचं तत्त्वज्ञानही
तुम्हाला कळलं नसावं
त्याला या मातीचं अन्
खऱ्या जातीचं असावं लागतं
म्हणजे ते आपल्या मातेची
अन् मातीची आठवण ठेवतं
रुजून घेतं, सोसू लागतं
इतरांनाही आपलं मानतं
अन् जन्मालाही घालतं खरं वाण
तुम्ही मात्र वली माती इकून
रुजू घातलं विषारी बेनं
अन् घात केला आपल्याच वंशजांचा
'वली माती अन् हजार जाती'
असं मही आजी म्हणायची

ते आता कळू लागलं
वल्या मातीला भाव आणि
नाव देणारेही कळू लागले
माती कायमची नापीक करुन
वांझोटी पिकं घेऊ लागले
मुळात माती नापीक नसते
तिनं लालसेनं शोषलेली द्रव्ये
नापीक बनवितात तिलाच
आता वांझपणा लपविताना
अन् अस्तित्व टिकविताना
हिजड्यासारखी वटवट सुरु होते
स्टेजवर, रस्त्यावर नि वांझ पलंगावरही
हातावरची टाळी कपाळावर मारताना
गवऱ्या मसणात गेलेल्याची
कळ पोटात येते अन्
वांझटपणा खोल रुतत जातो

◆◆

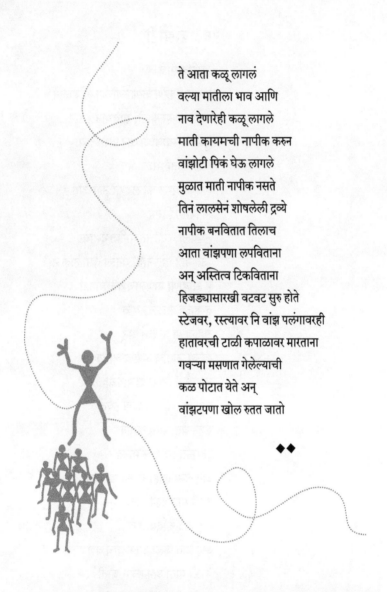

८२ / आदिवासींच्या लिलावाचा प्रजासत्ताक देश

२७.चंदा

एक दिन चार पाँच लोक
चंदा निकालते निकालते हमारे घर आए
तो हमने उनको पुछाँ
भय्या, चंदा किसलिए निकाल रहे है ?
तो उन्होने ईश्वर की सेवा का कारण बताया
तो मैने कहा
किस ईश्वर की सेवा तुम कर रहे है ?
तुम्हारे मंदीर के सामने तो
कितने लोग भुखे मर रहे है
चंदा मांगनेवाले लज्जीत होकर
फिर बोले
इस लोगोंके लिए तो हम कर रहे है
लेकीन क्या करु
ईश्वर से ज्यादा हमे इस इलाके के
गुंडोंका डर है
तो एक दिन हमारी
गुंडोंसे मुलाकात हुई
होते ही मैने सवाल किया
क्यो भाई, आप ईश्वर का नाम
क्यो बदनाम करते है
आदमी होते ही सैतान क्यो बनते है
तो गुंडो ने सीधे सीधे बताया

क्या करु हम सैतान से भी ज्यादा
सांसद और विधायकोंसे डरते है
उनके लिए काम करते है
लोकतंत्र का खेल खेलते है
इसलिए तो हम ईश्वर से जादा
राजनीति को प्रणाम करते है

◆◆

२८. समीक्षा

झाडाखाली बसून मस्त समीक्षा करता येते
झाडावानी निर्हेतूक
आणि प्रत्येक अंग
उपयोगात आणता येतं सजीवांच्या
समीक्षा नुसती माणसापुरती नको
किंवा पुस्तकांपुरती
मानवजात एक व्हावी म्हणून
प्रार्थना हवी समीक्षेत
आणि भेदभाव करणाऱ्यांना
पार उध्वस्त करुन टाकावं माणसातून
म्हणजे समीक्षेचा आणि जगण्याचा हेतू

एक होईल
छप्पा काट्यासारख्या दोन बाजू
असाव्यात समीक्षेत
एक समीक्षा, दुसरा माणूस
विकार नसावेत समीक्षेला
आणि विसर नसावा माणसाचा.
माणसानं माणसावर केलेली समीक्षा
पुरस्काराशिवाय आणि लाचारी शिवाय
हाती यावी माणसाच्या
म्हणजे कोणी म्हणणार नाही
स्वत:ला समीक्षक आणि
समीक्षा होणार नाही त्याची प्रेयसी
जी त्याला कधीही
ठरविता येणार नाही धोकेबाज

आदिवासींच्या लिलावाचा प्रजासत्ताक देश

किंवा माणसंच घेणार नाहीत
दोघांवर संशय
पुरस्काराच्या लंपटपणाचा किंवा
पुरस्कारासाठी देहविक्रय करुन
लाचार समीक्षेचा.
कुणाच्याही शेंडीला तेल लावून
केलेली समीक्षा
शिरत नाही मुळांसारखी खोल गाभ्यात
किंवा जीवनाच्या विविध कानाकोपऱ्यात
चार पानांची फुशारकी
बनवते भडव्यांने गुलाम
पुरस्काराचे मानगुटीवर ओझे देवून
खाली वाकवून
मागून मारतात हक्काने
ही सवय एकदा लागली की

तुम्हाला कायम घ्यावा लागतो
कुबड्यांचा आधार
प्रसिध्दी नि प्रतिष्ठेसाठी
बांधल्या जातात तंगड्यात तंगड्या
मग ती झाडाखालची समीक्षा
जाते बंगल्यात, पलंगावर आणि ....
पुरस्काराच्या यादीसकट
तेव्हा शहरातला टपरीवालाही थुकल
तुमच्या तोंडावर आणि भुंड्यावर
तेव्हा तोंड लपविण्याची जागा एकच
भडव्यांना साष्टांग....... भडव्यांना साष्टांग

◆◆

२९. हम किस पर गर्व करे?

वेश्या + छक्के = बेईज्जत बस्ती
सांसद + विधायक = ईज्जतदार वेश्या और छक्कों की बस्ती
पहला बेईज्जत होते हुए भी
सन्मान के लिए झगडता है
और दुसरा सन्मानित होते हुए भी
वेश्या और छक्का जैसा व्यवहार करता है
एक दस दस रुपये माँगकर
इज्जतदार जिंदगी जिता है
और दुसरा देश का रखवाला होते हुए भी
देश की तिजोरी इज्जत से लुटता है
एक वेश्याओंकी बस्ती मे संसद चलाता है
और दुसरा संसद मे वेश्याओकी
बस्ती बसाता है
वेश्याओंकी बस्ती मे भी इज्जत का
एक लोकतंत्र होता है
लेकीन संसद जैसी बस्ती मे
लोकतंत्र को बेइज्जत करते है
कैसा है ये देश और देश की इन्सानियत
हम किस पर गर्व करे?
वेश्याओंकी बस्ती पर या बेईज्जत लोकतंत्र पर?

◆◆

३०. वेश्याओंकी बस्ती में

एक दिन मै फकीर बनकर
शहर की गली गली मे घूम रहा था
जब मैने उद्योगपती का घर देखा
तो उनके माँ बाप बेटे के लिए
तडफ रहे थे
मै चला गया नेताजी के घर
तो उनकी दोनो पत्नीया
आपस मे झगडा कर रहे थे
और नेताजी बीच मे 'ओम शांती' का
जप कर रहे थे
मै चलते चलते आ गया आफीसर के घर
उनकी पत्नी पती के जल्दी आने के लिए
भगवान से प्रार्थना कर रही थी

और व्यापारी के घर मे
बच्चे रात ग्यारा बजे तक
राह देख रहे थे
अध्यापक के घर मे बच्चे
मिठाई के लिए माँ को
परेशान कर रहे थे
मै पहुँच गया झोपडपट्टी मे
तो बच्चे रोटी के लिए रो रहे थे
और माँ बाप अर्धचाँद को देखकर
सो रहे थे
आखिरी मै पहुँचा फूटपाथ पर
जहाँ आदमी भांग पिकर
औरत से झगडा कर रहा था
तब तक मेरा सीरदर्द बढ गया

चलते चलते मै
वेश्याओंकी बस्ती मे आया
जहा एक वेश्या अपने गिऱ्हाईक को
बडे प्यार से पुछ रही थी
क्यो साब बहोत दिनोसे आए?
पिछले बार तो आपकी सेहत अच्छी थी
क्या आपकी बिवी बच्चे तो अच्छे है ना?
अगर हमारे भी बच्चे होते तो ....
क्या आपके माँ बाप तो अच्छे है ना?
अगर हमारे भी माँ बाप जिंदा होते तो ....
आप कितने अच्छे आदमी है
फिर भी टेन्शन क्यो लेते है?
हम ये जानते है की
गिऱ्हाईक को शरीर सुख से जादा
प्यार की जरुरत होती है
क्योंकी भगवान बुध्द ने कहा है
'आदमी कैसा भी हो
उनको प्यार की सबसे जादा जरुरत होती है'
और यही बौध्द संस्कृती का पारंपरिक मूल्य है
तो मेरा दिमाग एकदम जाग उठा
इस देश मे
वेश्याओंकी बस्ती के साथ साथ
प्यार की भी बस्ती होनी चाहीए

◆◆

३१. सभा

माझ्या आदिवासी समाजबांधवांनो
आपल्या परंपरिक संस्कृतिबद्दल
कारवीच्या, बांबूच्या लवचीक काड्यांनी
बनवलेल्या कुडाबद्दल आणि
तुमच्या काटक हाडांबद्दल मला अभिमान आहे
तुमची कष्टावरची निष्ठा मी पवित्र मानतो
आणि तुमची पर्यावरणीय दृष्टी मी
मानवतावादी ठरवितो.
आरे, हा तर आपल्यावरच राज्य करुन
पोट भरुन, लाचार कार्यकर्त्यांची
फळी उभारुन, देशाची तिजोरी लुटून
आपल्याला 'देसाची' वाट दाखवून
जल, जंगल, जमीन, सरकारच्या घशात घालून
आपल्या संस्कृतीचा नंगानाच करुन
आपल्या अज्ञानाला खत पाणी घालून
बुध्दीजीविंच्या चळवळींना विरोध करुन
जंगल संपत्ती सत्तेच्या धाकानं लुटून
स्वाभिमानी कार्यकर्त्यांच्या स्वाभिमानाचं
आन् अस्मितेचं लोणचं घालून
इथल्या प्रस्थापितांच्या धमकीला बळी पडून
आपल्यावरच भाषण देतो ऊर बडवून
व्होट बँकेची फिक्स खाती उघडून
आरे, पण हा आसं कसं काय करु शकतो ?
आम्ही शिकलो नसलो तरी अन्........

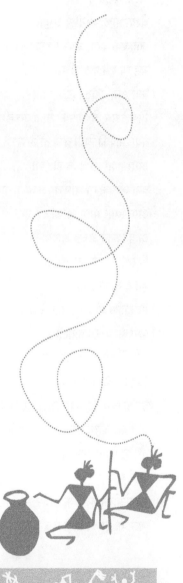

तुझ्या गुलामी, लाचारीत जगलो तरी
या निसर्गानंच आम्हाला
स्वाभिमान बहाल केलाय
लाचारी नि गुलामी विरुध्द
बंड करुन उठण्याचा
राघोजीचं, कोंड्या नवल्याचं रक्त
अजून सळंसळतंय नसानसांत
आमच्याच मतांवर राज्य करणारांनो
आम्हाला देशोधडी लावणाऱ्यांनो
भले ही तुम्ही गुलामांवर राज्य करुन
कपटी आणि लफडेवाज राज्यात
आता आम्ही बंड करुन
षंढ ठरवितो तुमचे नेतृत्व
जरी तुमचे बांधलेत पुतळे
फक्त कुत्र्यांची सोय होईल धार मारण्याची
तुम्ही पसरवलेला लाचारी आणि गुलामीचा
संकरित जंतू
आम्ही सोडतो गटारीत विचारांच्या ताकदीने
आणि आमची जुनी पारंपरिक संस्कृती
स्वाभिमान पेरतो पुन्हा इर्षेने
यासाठी आम्हाला पेटवावे लागेल रान
उठवावी लागतील माणसे
पाजळावा लागेल तिरकमठ्याचा आंगठा
काढावी लागेल पारध
माजलेल्या गेंड्यांची शिकार करण्यासाठी ◆◆

३२. वळवळ मळमळ फळफळ आणि पोटभरु चळवळ

पत प्रतिष्ठेच्या 'भरल्या पिकात विनायक बुजगावणं'
वेश्येच्या थाटामाटात माहेश्वरी मिरवणं
गावात न्हाय वळक अन् बोलीची ना बोलकडी
म्हणे मी देशपातळीवरची साहित्यिक तबकडी
समीक्षकाचं बुजगावणं पांघरुन वनवासीची पेरणी
अन् गटारात लोळावी डुकरीन
तसी लाचार घोळणी
सफेद काळा संगम फक्त गढू पाणी
पाणी तुंबलं की काळभाताची पीक पाहणी
चर्चासत्र साहित्यिक चळवळी बुजगावण्याच्या मळमळी
मानधन आणि प्रतिष्ठेसाठी सोबत पिलावळी
साहित्य संस्कृतीच्या नावानं स्वत:च गोंधळी
समाजगोंधळ माजवून भाजतात स्वत:ची पोळी
भर बाजारात प्रतिष्ठा व्यक्तिनिष्ठेचा नंगानाच
थुकावीत टोळकी अंगावर तसी साहित्यिक मंडळी
मोठा खोटा थोटा बट्टा लावत फिरतात फिरीस्ते
साहित्य संमेलनाच्या लग्नात नवरदेव गिरीस्ते
एक मुरळी वाघ्याबरोबर नाचते रातभर
दुसऱ्या दिवशी दुसऱ्या गावी दुसरा बाघ्याबरोबर
गुरु परंपरा गुरुशिष्याची दिवस रात्रीची
समद्या चळवळी स्वत:भोवती फिरवायची
शिष्य लाचार गुरुला पुरस्कार थाट माट पोशिंदा

गुरुनं ठोकली अशी खुट्टी की शिष्य सदा शरमिंदा
झांबाड्या आन् धोंगड्याचा नारदी कावा
बायको वाजवते संबळ तरी हा जातोच कव्हा कव्हा
बायको परजातीची अन् गावात खेटराचा मान
रेलवाही ठेसनवर म्हातारीची खाल्ली यानं वहान
पाय चाटू का ढुंगण खेटू हा झांबाड्याचा हट्ट
समाजद्रोहासाठी रगतात गढूळ वंश घट्ट
राजाचे कान लांब करुन मुंगीवानी शिरतो आत
आतून बहेर याताना राजा घालतो ढुंगणावर लात
फुसक्या बाराच्या चहाड्या करतात चहाडखोर
समाजात दुही माजावणारे हे सामाजिक हरामखोर
नारदांचा नारदी कावा राजात सळसळतो
बाईल राजा राणीसाठी गुढग्याला बांधून पळतो
पोरं बोंबलतात,
राजा भिकारी, राजा लाचारी, राजा बाईलारी
राजाचे सेवक खिल्लारी, राजा नरनारी
राजाची पोरं भंगारी, राजावं करतात शिरजोरी
राजाचं धोतर पाठमांजरी, राणीचा नोकर कारभारी
इज्जत जानी सत्तेची खाणी हरामाची नाणी
गरीबांना गुलामी, घोटीच्या बाजारात बैल पाहाणी
परदरशन आन् ऊरसातली नखरेबाज मेव्हणी
गाई लोकाच्या बैल भोकाच्या
सत्ता भोगाची, माणसं त्यागाची
कष्टावरच्या निष्ठेची, गुलामी राजाची

योजना सरकारची, लाचार कार्यकर्त्यांची लाचार फळी
अस्मितेला मारा गोळी
पोरं तुमची लाचार रक्ताची, गुलाम मानसिकतेची
संस्कृतीची विक्री, निष्ठेची घुसखोरी
कष्टाचा लिलाव, मातीची थट्टा, मातेला बट्टा
मूल्यांची चेष्टा, तेलणीचा नाष्टा
कंकरसेठची मिसळपाव, चंदाभाईची भेळपुरी
चटक जडली आघोरी
लंग्या लफंग्यांच्या गीताचं घोषवाक्य
'चळवळ कळकळ मळमळ फळफळ पोटासाठी'
समाजासाठी खड्डा आन् मी माती लोटायासाठी
व्देष तिरस्कारांची काढू मिरवणूक
वाजवा भाषणांचे चर्चासत्रांचे ढोल
बुध्द मार्क्स बिरसा आंबेडकरांच्या नावानं
वाजवा स्वार्थी टाळी
जशी छक्क्याला मिळाली समागमाची गोळी
प्रतिष्ठा माना दैवत, मानधनाची करा पूजा
प्रसिध्दीला माना देवी अन् व्यवस्था परिवर्तनाला अंधार गल्ली
व्यवस्था परिवर्तनाच्या नावाने
संमेलनाच्या चर्चासत्रांच्या समाजमेळाव्यांच्या व्याख्यानमालांच्या
भुंड्या टेकडावरुन वाजवता येतो ढोल
प्रसिध्द होतो ढोलक्या, ज्याच्या आवाजात नाही अस्मिता
राष्ट्रभक्ती मानवतावाद आणि समाजनिष्ठा
ढूम धुडूम ढूम ढोलाच्या हेकेखोरी आवाजात

कानात बोळे घालून नाचतो करमणुकी समाज
ज्यांना ढोल्या वाटतो फक्त नाचापुरता बुजगावना
प्रभू येसू शांतीचा दूत होऊन
माणसात फिरला विचार पेरीत
आता प्रभूचं राज्य गडावर आणि
गडावरुनच शेळ्या हाकणं
शेळ्यांचा मालक म्हणून मिरवणं
जरा माणसात येऊन बघा पण काय घ्यावा
त्यांना माणूस होण्याची वाटते भिती
माणूस अन् माणुसकी म्हणजे क्षुल्लक नीति
माणसांचा नेताजी होणं अन्
लोकशाहीची नांदी गाणं राजगडावरची शिवरायांची ख्याती
ही नेताजीची नीती सर्वहारांची वस्ती होईल का ?
गस्त घालून सवलतींवर मस्त दाढीवर हात फिरवून
पुन्हा राज्य येईल का ?

टीणपाटी गोणपाटी सनपाटी अभिमानी साहित्यिक
रखेल समीक्षक, डबक्यात वळवळणाऱ्या किड्यांगत कवी
चार भिंतीत खुडूक लेखक
गल्लीबोळातले चळवळीचे कार्यकर्ते
सामाजिक नाळ तोडणारे भ्रष्ट
विष्टेला लाळावलेले अधिकारी
समाजाच्या मुंड्या मुरगळून
काळ्या पैशांच्या राजणावर
फना काढून बसलेले, सत्तेला हापापलेले

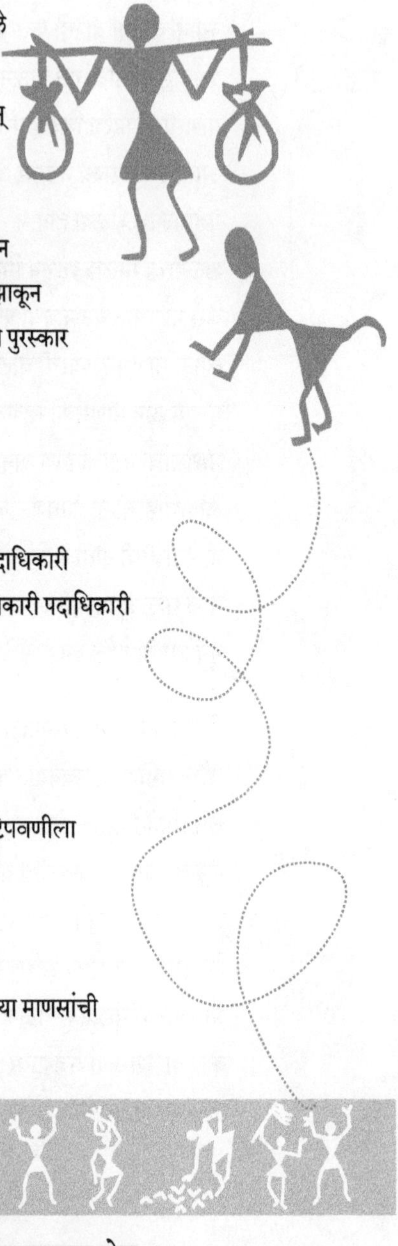

आता देशाची तिजोरी लुटण्यासाठी टपलेले
काळे नाग
गवारी भवारी तिवारी आचारी आवारी अन्
साळकाई माळकाई वज्रेसरी माहेसरी
या उपटसुंभ भवान्या अन् थेरडी दिवान्या
वनवासींच्या दावणीला पाणी पितात वाकून
अस्मिता देतात फेकून अन् निष्ठा ठेवतात झाकून
त्यांच्या ढुंगणावर चिकटवलेले भूलभूलय्ये पुरस्कार
मान वर केली त पुरस्कार खाली
सीतेचा राम अन् जोशाची काशी
तिकीटाला हापालेली भुतावळ जशी

संघटना, संस्था, लाचार पुढारी, गुलाम पदाधिकारी
स्वाभिमान विकणारे पारतंत्री शिक्षक अधिकारी पदाधिकारी
या साऱ्यांची भेसळ याकदा
सिमेंट दळायच्या जात्यात दळा
सत्व उरल फोलपाट उडल
नाही तर पाठवा काळ्या पाण्यावर
डोंगरदऱ्यातल्या मायमावली बसतात टिपवणीला
त्यांचा हांडा द्या यांच्या डोक्यावर
आणू द्या कपारीतून मातीच्या निष्ठेनं
पाझरुन आलेलं गोडं पाणी
म्हंजे वळक व्हईल पाणी गवसीत फिरणाऱ्या माणसांची
अन् जगतील माणूस व्हवून

आतलं आदिम रगात वळख देईल
स्वाभिमानाची आस्मितेची स्वातंत्र्याची
अभिव्यक्तीची अन् संस्कृतीची
मोठं होणं अन् मोठं करणं
यातला नेमका फरक कळेल त्यांना
संस्कृती परंपरा इतिहास माती
अन् मानवतावादी मूल्ये नष्ट करुन
गाजरगवताची शेती पिकविणारे लोकशाहीचे हाकारे
जन्मदात्या आईलाच वेश्या बनवितात
स्त्री संस्कृतीला ग्लोबल करुन
मी उध्वस्त करतो त्यांचं गाजरगवती पीक
पण त्याची लागण इतकी साळसूद की
सर्वहारांनाच लागली त्याची मतलबी तलफ
कष्टावरच्या निष्ठेला मतलबी चितेत सती देऊन
श्रमप्रतिष्ठेला मातीत गाडलं आदिम मूल्यव्यवस्थेतून
आता गाजरगवताला मानवी मूल्य मानून
सत्तेला पोसतात मतलबी निष्ठा
स्टेट लेवलला काम करणाऱ्या
वैदिकांच्या रखेल समीक्षकांनी
आदिवासी साहित्याची पुचाट गुळवण्यासारखी
समीक्षा करुन तोंडी लावली
प्रतिष्ठा आणि पुरस्कारांच्या पुरणपोळी बरोबर
चोळी मोळी गोळी पोळी अन् समीक्षेची फूरनळी
ठासून भरली गर्वहरनाच्या भोकनळीत

आदिवासींच्या लिलावाचा प्रजासत्ताक देश / ९७

भोकाच्या भोगी अन् समीक्षेच्या जोगी
उघड्या करुन बसल्या जोगीनी
विद्यापीठाच्या पायरीवर
विद्यापीठाचे पिठागर भोगतात जोगीनी
पण जोगीनीचा जोगवा काय पावत नाय
'बाय मी जोगवा जोगवा मागते न्
विद्यापीठाला पिठाला लागते'
पण रखेल्यांचा रखेल जोगवा
पिठागरांच्या भोगवादात
काळवंडला जातो भोग, शरमतो काळा रंग
पण भोगाचा अन् रंगाचा संबंध येतो कुठे?
गर्वहरणाची ठासून भरलेली भोकनळी
भोगनळीसारखी फूटेल हजारबार
यावर आहे त्यांचा खास विश्वास
'बंदर कितना भी बुढा हो जाये' सारखी
विद्यापीठाची आशा, रखेल तमाशा, प्रतिष्ठेची नशा
आन् जमला तर एखादा हौश्या गौश्या नौश्या
नवस करील रंगार गल्लीला
बे काली तो काली लेकीन
हज जाके आयी है बिल्ली
काली भैस सफेद दूध, दूध का पानी और
पानी मे हर प्रकार के जंतू तंतू किंतू परंतू
परंतु म्हणू नका बिल्ली आहे गर्वहाणी अभिमानी
कहा भी डालो चलनेवाली चवन्नी

९८ / आदिवासींच्या लिलावाचा प्रजासत्ताक देश

बस यही है उनकी ताकद
जिसे मिली है हज जाके आने का इजाजत
बिल्ली को खैबरखिंड का जंतू प्यारा
नवजवान हो या पैसठ साल का म्हातारा
जितना करेगी नखरा उडाएगी आँखोपर बाल
उतनी ही होगी स्तुती
वही पर निर्धारीत है बिल्ली की पोथी
पोथी हो या चोथी सब रद्दी का है माल
फिर भी युनिव्हर्सिटीमे बिल्ली का ही बोलबाल
और म्हातारा दिनरात परेशान
परेशानी, परस्त्री, परधन और परधन की रोटी
खानेवाले शरीर को कैसे समायेगी मिट्टी ?
वांझोटी बाळंतीन थेरड्या म्हाताऱ्यानं नेली
रखेलीची कशी पयल्या ऋतूला पाळी गेली
आजाची रानशेती हायब्रीड झाली
ग्लोबल युगानं इथली माती संकरीत केली
गॅट करार जागतिकीकरणात मातीची पाळी बंद झाली
ऋतूचक्राच्या पयल्या ऋतूला
हायब्रीड पिकांची शेती व्याली
बाजरीचा बाजारभाव जवारीची काळीमाय
दोघींची इज्जत गेली
परजातीची मेव्हणी घरधनीन झाली

◆◆

आदिवासींच्या लिलावाचा प्रजासत्ताक देश / ९९

३३. चळवळ

ज्याच्या हातात लेखणी
त्याने खोटा इतिहास लिहून
देऊ नये मुर्दाड वांझोट्या चळवळींना जन्म
नष्ट करु नये शिकणाऱ्यांच्या प्रेरणा
कारण चळवळ म्हणजे
आयुष्याबरोबर तोंडी लावण्याचे सलाड नव्हे
किंवा नोकरीबरोबर
पार्टटाईम करण्याचा धंदाही नव्हे
त्याला जन्मताच यावे लागतात रक्तात
चळवळींचे हार्मोन्स
राघोजी भांगरा, खाज्या नाईक, बिरसा मुंडा
भिनवावा लागतो जन्मापासून मेंदूत
त्यांच्या एकेका देशभक्तीने आणि समाजनिष्ठेने
तटतटाव्या लागतात मनगटातील शीरा
ओवाळून टाकावे लागते आयुष्य निष्ठेने
म्हणजे तो इतिहास नाही लिहिला तरी
तिथली मातीच पेटविते माणसांना
जागविते स्मृतींना, उभी करते चळवळींना
आणि मग
इतिहासातील पानेही पवित्र होतात त्यांच्या कार्याने
पदव्या, प्रतिष्ठा, पैसा आणि प्रसिध्दीने
निर्माण होत नाहीत चळवळी
या सगळ्यांचा त्याग करुन

समाजवादी स्वप्न पाहावी लागतात जागेपणी
माणसाच्या न्याय, स्वातंत्र्य आणि समतेला
केंद्रबिंदू मानून
विसरुन जावं लागतं स्वतंत्र अस्तित्त्व
सोडावं लागतं घरदार
हातावर भाकरी घेऊन जावं लागतं पुढच्या गावी
किंवा कमरेला भाकरी बांधून
निघावं लागतं मोर्चाला
करावं लागतं बेंबीच्या देठापासून भाषण
जाणून घ्यावी लागते
भाषण ऐकणाऱ्याच्या पोटातील भूक, व्याकुळता
हे सगळं समजलं की मग
तुमच्या स्टेजवरील भाषणापेक्षा
समाजात जाऊन जे धिराचे, प्रेरणेचे
दोन शब्द बोलता ना?
ते भाषणापेक्षाही अधिक विश्वासार्ह वाटतात
लोकांना
श्रध्दा जडते आपल्यावर
जीव ओवाळून टाकतात आपल्या कार्यावर
आणि घरादारावर नांगर फिरवून
उडी घेतात चळवळीत

◆◆

३४. मायच्या आंगभर गोंदलेलं सुविचार

मायच्या कपाळावं काळी चांदणी
दोन्ही चामखिळीवं रिंग बाय रिंगा
नाकावं फुली, कानावं डुली ...... काळी
हातावं रानपाखरांचा नाच
दंडावं दंडार आन्
आंगभर सांस्कृतिक सुविचार
कपाळावं गहू गालावं चंद्राकोर
साळीसारखे ठिपके चांदणी हनुवटीवर
ह्या निसर्ग जाणिवा जन्मताच कोरलेल्या
मनगटावर गौळणी, बाशिंग, रुईचं रुपईपण
आयुर्वेदिक जाण, निसर्गाची देण
आंगठ्यावं विंचू, नागाचा फणा
संगटांचा सामना
हातावं जन्मखुण वंशाची देवकाची
गालावर मोर सौंदर्याचा चोर
जलमभर माणसांची दीठ लागू नही म्हणून
आजीनं गोंदून आणलं नातीला
गोंदून आली का चोंदून आली म्हणून
चिडावलं चुलतीना
आजी जाताना म्हणली
कोणताच धन संगं नेता येत नही
पण ह्या जलामखुणा सोबत येतात

१०२ / आदिवासींच्या लिलावाचा प्रजासत्ताक देश

सौंदर्य आणि कलांची साथ देतात
स्त्री जन्माचं धन, धनाची धनीन
रांडकी, मुंडकी देवाच्या दारी नही परकी
परक्याची परकाई
कुलदेवीची नवलाई
सटीची सटवाई
मऱ्या देवाची मरीआई
पण गोंदून घेतल्यावं
बाईचा बाईपण, माणसात माणूसपण
आलंकाराचं नटनं, नटून थटनं
आजीच्या आंगावं चांदीच्या याळा
दंडात गॉट भरदार थाट
मेल्यावं आंगभर गोंदणाचं रान
रानाचं रानपण शहाण्याचं शहाणपण
कला आणि विचारांचं
मायच्या आंगभर मडावलं स्वधन

❖❖

३५. जंगलाचे राजे

साळा.........? कोणत्या गाढवीचं नाव हाये?
स्वातंत्र्याला साठावं लागलं तरी
अजून गाव अंधारात हाये
स्वातंत्र्य म्हंजे काहीच नस्तं
मतदानाचं फॅड नुसतं
इलेक्शन जवळ आलं का
तुम्हाला आमचं गाव दिसतं
स्वातंत्र्य........?
स्वातंत्र्य म्हंजे काय अस्तं हो?
स्वातंत्र्यासाठी मरायचं आम्ही
आन् गादीवर कोण बसतं हो?
आम्हाला गादी नको
आमचा गाव लखलाभ
रस्ता, दवाखाना, लाईट पयजे
हीच आमची पयली हाक
रेशन नाही, रॉकेल नाही
शिक्षणाचा काळा ढग
जंगलचे राजे आम्ही
पण जंगल चोरणारे तुम्ही ठग
सातपुड्याच्या सात रांगा
एक दिवस खवळून उठतील
पुन्हा एकदा स्वकीयांना
या देशातून 'चलेजाव' म्हणतील

३६. आवण

भात आवला ऽऽ आवला चोंढ्यातन
रोपा डोलती सरवान धुंदीत
माय निंदीती शिनगार पटीत
बाप बैलाली चारीतो आडवात
खेकडा बेडकांचा संसार बुंध्यात
त्यानं भोताड मांडीला सांधीवं
मळ्या मुऱ्यांचा खेळ भोताडात
डाव भोतडानं जितला पाण्यात
नातू आज्याला पहेतो सपनात
खेकडा माश्यांचा रतीब भादव्यात
आजा हासतो मनाच्या मनातन
भात आवला ऽऽ आवला चोंढ्यात
कसा मातला मघाचा पाऊस
रानभुईची फिटली हाऊस
बाप बसला घराच्या लवाला
आजा हेरीतो आभाळ बापाला
हात जोडीतो पाणी का देवाला
चरी खाचरावं पाणी वलांडला
मही आवण वाचव यंदाला
नात सुनाचा संसार पह्यालान
भात आवला ऽऽ चोंढ्यात आवला
कशी औदासा बापाला सुचली
गोण इरयाची चोंढ्यात रिचली

खेकडा बेडकांचा जीव भवांडला
तसा आज्याचा काळीज फूटला
जीव धरतीचा मातीत मिटला
चूड भरला लोंब्यांनी वाकला
जनु धरतीचा मुख पह्या गेला
तसा बापाचा मन भरु आला
दरवर्सालां बाप चेकाळलान
भात आवला ऽऽ चोंढ्यात आवला
हांडी खंडीना कणगा भरला
गाडग्या मडक्यात पैसा खळाळला
दहा वर्सात खाचार इरला
तसा दारुनं बापाला घेरला
पाणी देवानं हात आखडला
बाप निंगाला देसाच्या वाटालान्
भात आवला ऽऽ चोंढ्यात आवला

◆◆

१०६ / आदिवासींच्या लिलावाचा प्रजासत्ताक देश

लेखक परिचय

संजय यशवंत लोहकरे

रा. केळी ओतूर ता.अकोले

जि. अहमदनगर-४२२६१०

E-mail - phadki@rediffmail.com

संपर्क-९६५७५४९०७६

प्रकाशित ग्रंथ

१. पानझडी (कवितासंग्रह)२०११

२. वळीव एक आकलन (समीक्षा) २०१०

३) कवी आणि कविता (समीक्षा) २०१४

४) लोकसाहित्य आणि लोकजीवन, २०१५

५) डांगाणी माणसं (कथासंग्रह), २०१५

संपादित ग्रंथ

१) रानपाखरांची गाणी, २००९

२) आदिवासींच्या धार्मिक अस्मितेचा उदय, २०११

३) रानफुलांच्या कविता
(निवडक आदिवासी कविता) २०१३

४) आदिवाासी लोकसाहित्य-शोध आणि बोध, २०१४

५) कथाबोली (पंधरा बोलीतील निवडक कथा), २०१५

* आदिवासींच्या साहित्य, संस्कृती आणि अस्मितेला वाहिलेल्या 'फडकी' या मासिकाचे संस्थापक संपादक - डिसें. २००७ पासून.

* दोनदा राज्यस्तरीय आदिवासी साहित्यसंमेलनाचे

अध्यक्षपद भूषविले.

* सन २०१५-१६ पासून बालभारतीच्या मराठीच्या पाठ्यपुस्तकात 'ढोल' कथेचा समावेश.

* पुरस्कार - १) आदिवासी महासंघ, संगमनेर, यांचा डॉ. गोविंद गारे समाजभूषण पुरस्कार (पहिला), २००६.

२) आदिवासींच्या सामाजिक न्याय परिषद, पुणे यांचा 'डॉ. गोविंद गारे साहित्यरत्न' पुरस्कार-२०१४.

•••

www.ingramcontent.com/pod-product-compliance
Lightning Source LLC
LaVergne TN
LVHW090003230825
819400LV00031B/518